தரணி ராசேந்திரன்

2012இல் பொறியியலில் பட்டம் பெற்ற இவர் திரைத் துறையில் ஆர்வம் கொண்டு அதில் பயணிக்கத் தொடங்கினார். தன்னாட்சி முயற்சியாக 'ஞானச்செருக்கு' என்ற முதல் முழுநீளப் படத்தை உருவாக்கினார். 2019 தொடங்கி நாற்பதிற்கும் மேற்பட்ட உலக நாடுகளின் திரைப்பட விழாக்களில் சிறந்த படமாக 'ஞானச்செருக்கு' அங்கீகரிக்கப்பட்டது.

இவரின் முதல் நாவலான 'நானும் என் பூனைக்குட்டிகளும்', சிங்கப்பூர் இலக்கிய வட்டத்தில் சிறந்த நாவலாகத் தேர்வாகியது குறிப்பிடத்தக்கது.

லிபரேட்டுகள்

பாகம் – 2

தரணி ராசேந்திரன்

எதிர் வெளியீடு

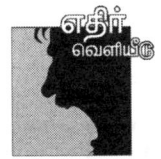

லிபரேட்டுகள்
பாகம் - 2
தரணி ராசேந்திரன்

முதல் பதிப்பு: செப்டம்பர் 2021

எதிர் வெளியீடு,
96, நியூ ஸ்கீம் ரோடு, பொள்ளாச்சி – 642 002
தொலைபேசி: 04259 – 226012, 99425 11302

விலை: ரூ. 200

Liberattukal
Part - 2
Dharani Rasendran

Copyright © Dharani Rasendran
First Edition: September 2021

Published by
Ethir Veliyeedu, 96, New Scheme Road. Pollachi – 2
email: ethirveliyedu@gmail.com
www.ethirveliyedu.in

ISBN: 978-93-90811-38-0
Cover Design: Harisankar
Printed by: Jothy Enterprises, Chennai.

All rights reserved. No part of this book may be reprinted or reproduced or utilised in any form or by any electronic, mechanical or other means, now known or hereafter invented, including Photocopying and recording, or in any information storage or retrieval system, without permission in writing from the Publisher.

சமர்ப்பணம்

விடுதலையை, சமத்துவத்தை விரும்பும் அனைத்து தோழர்களுக்காகவும் இந்தப் புதினம்.

அன்புடன் நன்றி

சிவரஞ்சனி, உதவி இயக்குனர்
அருண்பாண்டியன் மனோகரன், எழுத்தாளர்
சபரி குருவேல்
இந்திராபிரபா
அம்பேத்கர் கிட்டு, உதவி இயக்குனர்
கொற்றவை, எழுத்தாளர்
அனுஷ் கான், சீனிவாசன் - எதிர் வெளியீடு

முன்னுரை

லிபரேட்டுகள் 19வது 20வது நூற்றாண்டுக் காலகட்ட புனைவு. முதல் பாகம் பெரும்பான்மையில் புனைவு நிகழ்வுகளை அடிப்படையாகக் கொண்டு இயங்கும். இரண்டாவது பாகம் நிகழ்வுகளுக்கு வேராக அமையும் மாந்த உணர்வுகளை அடிப்படையாகப் பேசும். உணர்வுகள் தேடல்களையும் தேவையையும் அதன் தொடர்ச்சியாக ஏற்படும் நிகழ்வுகளையும் இயக்கி அதன் வாயிலாக கதையின் ஓட்டம் பயணிக்கும். மாந்த வரலாற்றில் பெரும் அதிர்வையும் தாக்கத்தையும் தோற்றுவித்த 19வது நூற்றாண்டின் மனிதர்களான ரோசா லக்சம்பேர்க், பால கங்காதர திலகர் இன்னும் பல முக்கியமான வரலாற்று மனிதர்களை கதையில் ஒரு வாழும் கதாபாத்திரமாகப் பார்க்கலாம். பல முக்கிய உண்மை வரலாற்று நிகழ்வுகளும் புனைவோடு பின்னப்பட்டிருக்கும். வாசிக்கும் வாசகர்களுக்கு பெரும் களிப்பைக் கொடுக்கும் என நம்புகிறோம். புதினத்தை வாசித்துவிட்டு என்னோடு பேச விரும்பினால்,

தொடர்புக்கு,
மின்னஞ்சல்: r.dharaniraj@gmail.com
செல்: 98403 72966

அன்பும் நன்றியும்.

1.

"காலைலந்து சுத்திட்டேன், சூரியன் உச்சிக்கு வந்துடுச்சு, ஒரு சொட்டு தண்ணியோ, பச்சையோ கண்ணுக்குத் தெரில."

"இதையே சொன்னா என்னா பண்றது. நம்மள வுட்டுத் தள்ளு, புள்ளைக்கு என்ன செய்ய..."

"காடு மல எல்லாம் காஞ்சு கெடக்கு. நிலமெல்லாம் பாலம் பாலமா வெடிச்சு கெடக்கு. எங்க பள்ளம் போட்டாலும் தண்ணி வரல. இன்னைக்கும் மூத்தரத்தையே வடிகட்டி வாயில தடவு. நா திரும்ப போற."

இருபது கிலோமீட்டருக்கு மேல் சுத்தி வந்துவிட்டான். எந்த இடத்திலும் எந்த ஒரு உயிரினத்தையும் காண முடியவில்லை. இருநூறு அடிக்குக்கீழ் பள்ளம் போட்டும் நீரில்லை. எல்லாப் பச்சையும் கருகிப்போய் காற்று வெக்கையையும், சுடு மணலையும் சுமந்து வந்து வாரி இறைக்கிறது. மாலையில் சூரியன் இறங்கினாலும் இரவு முழுக்க வெப்பம் இறங்குவதில்லை. அந்த மண்ணில் மழை வீழ்ந்து ஒன்றரை வருடங்கள் கடந்திருக்கும். காடும் முழுக்க செத்து விட்டது. சோர்ந்து அமர்ந்த அவன், சிறுநீரை ஒரு காய்ந்த பனை மட்டையில் கழித்து அதைப் பருகினான். அவன் வீடு திரும்பும் வழியில் செத்து அழுகிய ஒரு முள்ளம்பன்றியை புழுக்கள்

தின்று கொண்டிருந்தன. புழுக்களுடன் முள்ளம்பன்றியை சாக்கில் போட்டுக்கொண்டு வீடு சேர்ந்தான்.

வீட்டில் அவன் மனைவி வானம் பார்த்தபடி சோர்ந்துபோய் திண்ணையின் மண் சுவற்றில் சாய்ந்திருந்தாள். அவன் எடுத்து வந்த முள்ளம்பன்றியில் இருந்த புழுக்களையும் காலையிலிருந்து சேகரித்த வண்டு பூச்சிகளையும் சட்டியில் மணலுடன் சேர்த்து வறுத்தாள். குடிசைக்குள் இரண்டு சிறுவர்கள் பசியில் மயங்கி, சுருண்டு கிடந்தனர்.

"ஏ இனி தாங்காது வடக்கப் போவோம்."

"வீட்ட காட்ட என்ன செய்ய."

"ஏ நார ஓக்கட்ட, இங்க உசுரு இல்ல, காத்தும் வெசமா அடிக்குது. சனமெல்லாம் வடக்காலப் போகுது. நாமும் போவோம். இல்ல பொழைக்க முடியாது."

அவள் உடம்பில் சதை வற்றி பல மாதங்கள் ஆகியிருந்தது. இரண்டு மாதமாக பூச்சிகளை மட்டுமே உண்கிறார்கள். முதலில் குமட்டிக்கொண்டும் பின் உடல் ஒத்துக்கொள்ளாமல் உதடும் உடம்பும் தடித்துப்போனது. ஆனால் வேறு வழியில்லாமல் உடல் பழகிக்கொண்டது. இரண்டு வருடமாக வானம் பொய்த்துப் போனது. வட இந்தியாவில் ஏற்பட்ட வறட்சி ஒரு வருடத்திற்குள் தெற்கு வரை இறங்கிவிட்டது. பிரிட்டிஷ் அரசு எந்த நடவடிக்கைகளையும் எடுக்கவில்லை; மாறாக கிடங்கில் சேமித்திருந்த மற்றும் எஞ்சிய சிறிது தானியங்களையும் தொடரி மூலம் மேற்கே ஏற்றிக்கொண்டிருந்தது. நீரும் உணவும் இல்லாமல் ஆடுமாடுகளும் உடல் வற்றி மெலிந்து சரிந்தன. மனிதன் அதையும் உண்டு பிழைத்தான். அதன் பிறகு வயலில் எலிகளையும் குட்டையிலிருந்த தவளை மீன்களையும் தின்றான். குட்டையும் வயலும் காய்ந்து போனது. அவன் உடலே அவனை தின்னத்தொடங்கி ஈசலாக கொத்துக் கொத்தாக சுருண்டு மடிந்தார்கள். எஞ்சியவர்கள் விரியும் வழிகளில் உயிர் பிழைக்க ஓடினர். ஆனால் வறட்சி அவர்கள் செல்லும் அனைத்து இடங்களையும் முன்னரே தின்று செரித்திருந்தது.

"ப்பா ...போவோம் வா."

“எங்க?”

“வடக்க ஜனம் போகுது. தொர ரயில் வண்டி போடுதா. போனா கஞ்சி ஊத்துவான்.”

“இந்த காட்ட உட்டுட்டு நா எங்க வர்றது. இதெல்லாம் உசுருடா. இதுங்கள ஏமாத்த முடியாது.”

“பித்துப்புடிச்சி பேசாத. உன்னோட காடு தான் நம்மள ஏமாத்திடுச்சி. பேசாம கௌம்பு.”

“டேய் எனக்கு புத்தி சொல்லாத. நீ வெணா போ.”

“இங்க என்னத்த திம்ப. மண்ணையா.”

“ஏ நா இங்க மண்ணையே தின்னுக்கிறேன். நீ போடா. நா வரலைன்னா சும்மா கேலி பேசிக்கிட்டு. போ. வேணுனா நீ போ.”

கடம்பனின் குடும்பம் வடக்கே போகத் தீர்மானித்தது. காலை சூரியன் எழும்பி விடும், வெயிலில் நடக்க முடியாது என்பதால் இரவே கிளம்பினார்கள். கடம்பன் பதினோரு வயதுச் சிறுவன். பதிமூன்று வயதில் ஒரு அண்ணனும் அவன் அம்மா அப்பாவும் கையில் கம்புகளுடன் கூடுகளில் மீதமிருந்த பூச்சிகளை எடுத்துக்கொண்டு நடக்கத்தொடங்கினர். இரவுக் காற்று அனலாக உலாத்தியது. நடக்கத்தொடங்கிய இரண்டு மணி நேரத்திற்குள் கடம்பனின் தந்தை உடல் வெப்பத்தால் நடுக்கம் கண்டு பாதையிலேயே சரிந்து விட்டார். அவனும் அவன் அம்மாவும் கதறி அழத்தொடங்கினர். கடம்பனின் அண்ணன் பக்கத்தில் யாரும் உதவிக்கு இருக்கிறார்களா எனப் பார்க்க கத்திக்கொண்டே ஓடினான். இருளில் எந்தத் திசையும் தெரியவில்லை. உயிர்ச் சூழலுக்கான எந்த ஒலியும் கேட்கவில்லை.

“ஏ நார ஓக்கட்ட பயப்படாத. நா சாவ மாட்ட... பொறுமையா இரு, தானா சரி ஆய்டும். பெரியவன கூப்புடு தனியா விடாத.”

“சரியா... நீ செவனேனு படு ...நா ஏதாவது தண்ணி கிடைக்குதா பாக்குறே.”

“ஒன்னு இருக்காது. கம்முனு கெட. இந்தா... இந்த சட்டில யாராவது மூத்தரம் பேஞ்சு எடுத்தா.”

அவள் உடலில் இருந்த சிறு துளி நீரும் வற்றிப் போனது. சில நொடிகளில் கடம்பனின் தந்தை அங்கேயே உறங்கி விட்டார். இவர்களும் கண் அசந்தனர். காலை சூரியன் எழும்பும் முன் கடம்பனின் தந்தை அவர்களை எழுப்பினார். அவர்கள் மீண்டும் நடக்கத் தொடங்கினர். வழியில் தென்பட்ட சோற்றுக்கற்றாழை, குப்பைமேனி இலைகள், மரவட்டைகள், வெட்டுக்கிளிகள் என உயிருள்ள அனைத்தையும் பொறுக்கி எடுத்தார்கள். சூரியன் உச்சிக்கு வந்தவுடன், ஒரு கைவிடப்பட்ட குடிசையைத் தேடி அதில் பதுங்கினர். சோற்றுக்கற்றாழை அவர்களுக்கு பெரும் அமுதாக இருந்தது. நெருப்பைப் பற்ற வைத்து பொறுக்கிய பூச்சிகளை வாட்டி உண்டனர். சூரியன் இறங்கும் வரை அங்கேயே ஓய்வெடுத்தனர். மீண்டும் நடக்கத் தொடங்கினர். நாய்கள் இரவில் தொடர்ந்து ஊளையிடும் சத்தம் கேட்டுக்கொண்டேயிருந்தது. காலையில் காகங்களும் பருந்துகளும் ஆங்காங்கே கூட்டமாக வானில் வட்டமிடுவதைக் காண முடிந்தது. தோராயமாக கிலோமீட்டருக்கு ஐந்தாறு மனித உடல்கள் அழுகிக் கிடந்தன. நாய்களும் பறவைகளும் அதனால் கொழுத்து வளர்ந்தன.

ஆறு நாட்கள் பயணத்தில் பாண்டிச்சேரியை அடைந்தனர். தூரத்தில் மக்கள் கல்லுடைக்கும் சத்தம் கேட்டது. வெட்டிய மரத்தை ஒரு கூட்டம் அப்புறப்படுத்தியபடி இருந்தது. தொடர்வண்டிப் பாதையை விரிவாக்க பாதைகள் சமன் செய்யப்படும் பணியும் நடந்துகொண்டிருந்தது. கடம்பன் வேகமாக ஓடிச்சென்று அவர்களிடம் குடிக்க நீர் கேட்டான். யாரும் எந்த பதிலும் சொல்லவில்லை. கடம்பனின் குடும்பமும் அவர்களிடம் வந்து சேர்ந்தது. கல்லை உடைத்துக் கொண்டிருந்த ஒருவன் தொலைவில் ஒரு கொட்டகையை நோக்கிக் கையைக் காட்டினான். அதை நோக்கி அவர்கள் சென்றார்கள். ஒல்லியான ஒரு பிரெஞ்சுக்காரன் இந்திய பாணியிலான வெள்ளை ஜிப்பாவையும் மூக்குக்கண்ணாடியையும் அணிந்து கொண்டு பெரிய கோப்புகளிலிருந்த கணக்குகளை சரி பார்த்துக்கொண்டிருந்தான். கடம்பனின் தந்தை தலையில் ஒரு சிறு மூட்டையுடன் வாசலில் சென்று நின்றான். பிரெஞ்சுக்காரன் அருகிலிருந்த உதவியாளனைப் பார்த்து என்ன என ஜாடை காட்டினான். சிவப்பு நிறக்கோட்டும் நெற்றியில் நாமமும் வெள்ளைத் தலைப்பாகையுடன் கையில் வெற்றிலை இலையை மடித்துக்கொண்டு ஐம்பது வயதைக் கடந்த தட்டையான ஒருவன் வந்து என்ன என்று கேட்டான். கடம்பனின்

தந்தை தாங்கள் தெற்கிலிருந்து வருவதாகவும் பிழைப்புக்கு ஏதாவது வேலை வேண்டும் என்றான். பிரெஞ்சுக்காரனிடம் தட்டையானவன் பிரெஞ்சில் மொழிபெயர்த்துச் சொன்னான். இன்றைய கணக்கை முடித்துவிட்டதாகவும் நாளை காலை வருமாறும் பிரெஞ்சுக்காரன் பதிலளித்தான். தட்டையானவன் அதை கடம்பனின் தந்தையிடம் சொன்னான். கடம்பன் அவன் அருகில் சென்று "குடிக்கத் தண்ணீ" எனக் கேட்டான். அவன் "ச்சி அதலா ஒன்னுமில்ல. தூரப்போ" எனக் கத்தினான். பிரெஞ்சுக்காரன் தட்டையனை அதட்டிவிட்டு கடம்பனை உள்ளே அழைத்தான். மேசைக்கு அடியிலிருந்து ஒரு பெரிய குடுவையை எடுத்துக்கொடுத்தான். அதை வாங்கிய கடம்பன் துள்ளிக்கொண்டும் கத்திக்கொண்டும் வெளியே ஓடினான். மற்றவர்களுக்குத் தராமல் வேகமாகப் பருகத் தொடங்கினான். அவன் அண்ணன் அவனை துரத்திக்கொண்டு ஓடினான். கிட்டத்தட்ட ஒரு மாதம் கழித்து ஒருசேர இவ்வளவு நீரை அவர்கள் குடிக்கிறார்கள்.

அடுத்த நாள் காலை நால்வரும் வேலைக்குச் சேர்ந்தார்கள். சம்பளம் ஏதுமில்லை. ஒரு நாளைக்கு பதினைந்து மணிநேரம் வேலை இருக்கும். மதியமும் மாலையும் சிறிது அரிசிக்கஞ்சியோ அல்லது கேழ்வரகுக்கஞ்சியோ ஊற்றுவோம் என விதிமுறைகள் சொல்லப்பட்டது. அந்த சூழ்நிலையில் அதுவே அவர்களுக்குப் பெரிதாக இருந்தது. கடம்பனின் குடும்பம் அந்தத் தொழிலாளர்கள் தங்கும் இடத்திற்கு அருகிலேயே சிறு குடிசையை அமைத்துக்கொண்டது.

ஐந்து வருடங்கள் கடந்து விட்டது. புற நகர்களிலிருந்து பஞ்சம் பிழைக்க வந்த தொழிலாளர்கள் பாண்டிச்சேரியில் ஒரு சேரியாக மாறியிருந்தனர். அவர்கள் வாழ்வாதாரத்தில் எந்த மாற்றமும் ஏற்படவில்லை. பாண்டிச்சேரியில் சாலைகளும் தொடர்வண்டிப் பாதைகளும் அலங்கார மாளிகைகளும் வணிகமும் அவர்களின் உழைப்பால் பெரிய அளவில் வளர்ந்திருந்தது.

பஞ்ச காலம் உச்சத்தை அடையும் போதெல்லாம் ஓரிரு வெள்ளையர்கள் பஞ்சத்தால் வாடிய மக்களைப் புகைப்படம் எடுக்க வருவார்கள். மிகவும் மெலிந்து நாட்களை எண்ணிக்கொண்டிருப்பவர்களைத் தேர்ந்தெடுத்து படத்திற்கு காட்சி கொடுக்கும்படி கேட்பார்கள். பதிலாக அரைக் கிலோவோ

அல்லது கால் கிலோவோ அரிசி தருவதாகச் சொல்வார்கள். அந்த அரிசிக்காக காலையிலிருந்து அவர்கள் கூறும்படி உட்கார்ந்து உடலைக் காண்பிக்க வேண்டும். மாலையில் வெளிச்சம் குறைந்தவுடன் படம் நன்றாகப் பதிவாகாது. மீண்டும் நாளை வருவதாகவும், மொத்தமாக அரிசியை நாளை வாங்கிக் கொள்ளும்படியும் சொல்லிவிட்டுச் செல்வார்கள். அடுத்தநாள் அவர்கள் புகைப்படம் எடுக்க வர, முன்தினம் புகைப்படம் எடுத்த பலர் பசியால் இறந்து போயிருப்பார்கள்.

இரண்டு வருடத்திற்கு முன் ஓர் இரவில் திடீரென வானம் இடித்துக்கொண்டு விடாமல் மழை கொட்டியது. அனைவரும் பிரம்மிப்போடு அதைக் கண்கொட்டாமல் பார்த்தார்கள். மீண்டும் பூமியில் பச்சை படரத் தொடங்கியது. வறண்ட ஓடைகளிலும் ஆறுகளிலும் நீர் ஓடத் தொடங்கியது. சில கூட்டங்கள் சொந்த ஊர் திரும்ப முடிவெடுத்தன. கடம்பனின் தந்தை "இனி அங்க ஒன்னுமில்ல இங்கேயே இருந்துடலான், ஒரு வேளனாலு கஞ்சி கிடைக்குது, பாதுகாப்பா இருக்குது, மனச அங்க இங்கனு வுடாத" என்றார்.

கடம்பன் நெடு நெடுவென கருத்த தேகத்துடன் ஒல்லியாக வளர்ந்திருந்தான். பசியைத் தவிர வேறு எந்த எண்ணமும் அவனுக்கில்லை. ஆண்டுக்கு ஒருமுறை பிரெஞ்சு நாளில் மட்டுமே அவனுக்கு அரிசி சோற்றை உண்ணும் வாய்ப்பு கிடைக்கும். அந்த நாளுக்காக கடம்பனும் அவன் அண்ணனும் ஆண்டுதோறும் காத்திருப்பார்கள். காலை ஏழு மணிக்கே அருகில் ஓடும் ஓடையில் குளித்துவிட்டு, இடுப்பில் கட்டியிருக்கும் கருப்பு கயிற்றில் துவைத்த ஈரத்துணியை சுற்றிக்கொண்டு வெள்ளையர்கள் குடியேற்றப் பகுதிக்கு ஓடுவார்கள். ஆனால் ஒரு கிலோமீட்டருக்கு முன்பே காவலர்கள் அவர்களைத் தடுத்து நிறுத்தி விடுவார்கள். அவர்களைப்போலவே மற்ற சிறுவர் சிறுமியர்களும் அங்கு காத்திருப்பார்கள். மாளிகையின் முன் பிரெஞ்சு தேசியக் கொடி ஏற்றப்பட்டு தேசிய கீதம் பாடப்படும். ராணுவ அணிவகுப்புகள் நடத்தப்படும். அனைத்து நிகழ்வுகளும் முடிய நேரம் பதினோரு மணியைக் கடந்திருக்கும். மதியம் பன்னிரண்டு மணியளவில் மூன்று நான்கு மாட்டுவண்டிகளில் பெரிய அண்டாக்கள் நிறைய சோற்றை ஏற்றிக்கொண்டு ஊழியர்கள் பிரெஞ்சுக் கட்டுமானங்கள் நடக்கும் சேரிப் பகுதிகளுக்குச் செல்வார்கள். கடம்பனும் அவன்

அண்ணனும் மற்ற சிறுவர் கூட்டமும் மாட்டுவண்டியின் பின் கத்திக்கொண்டே ஓடுவார்கள். சேரிப் பகுதியை அடைந்தவுடன் மக்கள் கூட்டம் மாட்டுவண்டியை சூழ்ந்தபடி சட்டியுடனும் தட்டுடனும் முட்டிமோதிக்கொண்டு நிற்கும். அன்று எந்த அதட்டலும் கெடுபுடியும் இல்லாமல் அனைவருக்கும் தாராளமாக சோற்றை வழங்குவார்கள். கடம்பனும் அவன் அண்ணனும் முதல் தடவை வாங்குவதை வேகமாக அப்போதே தின்றுவிடுவார்கள். மீண்டும் இரண்டு மூன்று முறை வாங்கி வந்து வீட்டிலிருக்கும் சட்டி, சாமான்களில் கொட்டி பத்திரப்படுத்தி வைப்பார்கள். அடுத்த இரண்டு மூன்று நாட்களுக்கு அதை சிறுகச் சிறுக எடுத்து உண்பார்கள். சோற்றைக் கொட்டி வைத்த அடுத்த நாள் காலையிலேயே நாற்றமெடுத்துவிடும். ஆனால் கடம்பனை எதுவும் நிறுத்தாது. அந்த நாற்றமெடுக்கும் சோறே அவன் வாழ்வில் பெரும் மகிழ்ச்சியை உண்டாக்கும்.

பசி எந்த நேரமும் அவனை விரட்டிக்கொண்டே இருக்கும், கண்ணில் தெரியும் அனைத்து பச்சை இலைகளையும் மெல்ல ஆரம்பித்தான். அருகிலிருக்கும் வயல்களுக்குள் நுழைந்து கிழங்குகள், காய்கறி, பழங்களைத் திருடித் தின்பான். எதுவும் அவன் பசியை அடக்கவில்லை. குட்டையில் சுற்றும் தவளைகள், சிறு மீன்கள் வயலில் திரியும் எலிகள், பல்லிகள், பூனைகள், நண்டுகள், ஓணான்கள் என சிக்கும் அனைத்தையும் கொன்று தின்பான். மாதத்திற்கு ஒருமுறை அருகிலிருக்கும் காட்டிற்குள் அவன் அண்ணனை அழைத்துக்கொண்டு முயல், முள்ளம்பன்றி, காட்டுப்பூனை, பன்றியை வேட்டையாடச் செல்வான்.

வழக்கம் போல் அன்றும் வேலையை முடித்துக்கொண்டு அவர்கள் குடிசைக்குள் அடைந்தார்கள். அசதியில் கடம்பனின் தந்தை படுத்த உடனேயே உறங்கிவிட்டார்.

"ஏ நாளைக்கு காத்தால காட்டுக்கு போலாம் டா…"

"காட்டுல ஒன்னும் சிக்க மாட்டேங்குது. வேலைக்கு போனாலும் ரண்டு வேல கஞ்சி கிடைக்கும். நா வரல நீ போ."

"டேய் நா காட்டுல பன்னிவள ஒன்ன பாத்து வச்சிருக்கேன். அங்க நாளைக்கு போனா கண்டிப்பா இருக்கும். நாளைக்கு மட்டும் என்னோட வா. அடுத்த விசுக்கா வேணாம்."

அடுத்த நாள் காலை சூரியன் எழும்பியவுடன் காட்டுக்கு சிறு ஈட்டியை எடுத்துக்கொண்டு சென்றார்கள். கடம்பன் பார்த்து வைத்திருந்த பன்றிவளைக்கு கூட்டிச்சென்றான். ஆனால் அங்கு எதுவும் இல்லை. கோபத்தில் அவன் அண்ணன் கடம்பனை திட்டிக்கொண்டே திரும்பினான். அருகில் பன்றிகள் உறுமும் சத்தம் கேட்டு சட்டென இருவரும் பதுங்கினார்கள். கடம்பனின் அண்ணன் ஈட்டியை சொருக ஆயத்தமானான். கடம்பன் மெதுவாக புதரின் செடிகளை சத்தம் எழுப்பாமல் விலக்கினான். புதர் காலியாக இருந்தது.

'ச்ச...' என கடம்பன் கத்தியபடி திரும்ப பக்கவாட்டு புதரிலிருந்து ஒரு காட்டுப்பன்றி அவன் மேல் பாய்ந்து அவனை கீழே சாய்த்துவிட்டு வேகமாக உறுமிக்கொண்டு ஓடியது. கடம்பனின் அண்ணன் அதன்மேல் ஈட்டியை வீச அது குறி தவறி அருகிலிருந்த பாறையில் பட்டு இரண்டாகத் தெறித்தது. கடம்பன் பெரிய கல்லைத் தூக்கியபடி அதை விரட்டிக்கொண்டு ஓடினான். அவனைப் பின் தொடர்ந்து அவன் அண்ணனும் ஓடினான்.

சகதிகளைக் கடந்து பன்றி ஒரு வேலிக்குள் நுழைந்து அருகிலிருந்த வயலுக்குள் புகுந்தது. கடம்பனும் வேலியை விலக்கி உள்ளே புகுந்து கொண்டிருந்தான். அவன் அண்ணன் "வேணா விட்டுடலான் யாராவது பாத்தா கட்டிவச்சி அடிச்சிடுவாங்க" என கடம்பனைப் பார்த்துக் கத்தினான்.

கடம்பன் அதைக் காதில் போட்டுக்கொள்ளவில்லை. வேலியின் முற்கள் அவன் வெறும் உடலைக் கிழித்து இரத்தம் கசியச்செய்ய அவன் வேலியைப் பிரித்து உள்ளே புகுந்து பன்றி சென்ற திசையை நோக்கி ஓடினான். வயலுக்குள் ஆறடி உயரமிருந்த பயிர்கள் கடம்பனின் கண் பார்வையை மறைத்தன. கடம்பன் பயிர்களை விலக்கியபடி கையில் ஒரு பெரிய பாறைக்கல்லை தூக்கிக்கொண்டு உள்ளே சென்றான். அவன் அண்ணன் உள்ளே செல்லாமல் வெளியிலேயே நின்றுவிட்டான். பாதை எதுவும் தெரியாமல் பயிர்களை மட்டும் விலக்கிக்கொண்டே நடக்கத் தொடங்கினான் கடம்பன். முழங்கால் அளவு சகதி அவன் கால்களை இறுக்கிப் பிடித்தது. உடலை வாருவாராக புல்லின் விளிம்புகள் கிழித்தெடுத்தது. எதையும் சட்டை செய்யாமல் முன் சென்றுகொண்டே இருந்தான்.

பத்து நிமிடம் நடந்தவுடன், வயல் அவனை ஒரு மாளிகையின் பின் பக்கம் எடுத்து சென்றது. மாளிகையின் தோட்டத்திற்குள் நுழைந்த அவன் அங்கு பிரெஞ்சுக்காரர்களின் சிரிப்புச் சத்தம் கேட்கவே அருகில் பதுங்கிக்கொண்டான். சிறிது நேரம் கழித்து சிரிப்புச் சத்தம் அடங்கியவுடன் எழுந்து முன் பக்கம் போகும் பாதை வழியாகச் சென்றான். அது ஒரு பெரிய வெளித்தோட்டத்திற்கு இட்டுச் சென்றது. தோட்டத்தின் மையப் பகுதியில் செயற்கையாகக் குளமும் அதன் மேல் நீரூற்றும் வழிந்தோடியது. அதனருகில் நான்கு உணவு மேசைகளில் விதவிதமான உணவுப் பண்டங்கள் இருந்தன. கடம்பன் அதைக் கண்டுகொண்டான். அருகில் யாரும் இல்லை, வேகமாக அதனருகே ஓடி சிலவற்றை எடுத்து வாயில் திணித்துக்கொண்டு மீதமிருக்கும் உணவுகளை கையில் வாரிக்கொண்டு திரும்பி வந்த வழியே ஓடினான். பத்தடி தாண்டிய நிலையில், பின் பக்கமாக ஒரு சாட்டை அவன் முதுகில் பட்டு அவன் தோலை உரித்தெடுத்தது. வலியில் கதறி கீழே சுருண்டு விழுந்தான். கையிலிருக்கும் உணவுப் பொருட்கள் புற்களில் சிதறியது. அவனை இரண்டு காவலர்கள் தூக்கிப் பிடித்தார்கள். கையில் சாட்டையுடன் காலில் பூட்ஸ் காலணிகளை அணிந்துகொண்டு ஐம்பது வயதைக் கடந்திருந்த ஒல்லியான பிரெஞ்சுக்காரன் அவன் ஓட்டி வந்த குதிரையிலிருந்து கீழே குதித்தான். அவனின் நீண்ட கூர்மையான நாசி மூச்சுக்காற்றை வேகமாக வெளித்தள்ளிக்கொண்டிருந்தது. நெற்றியில் வழிந்து கொண்டிருந்த வியர்வைத் துளிகளை அவன் வெள்ளைக் கைக்குட்டையால் துடைத்துவிட்டு, அவன் கால்சட்டையில் சொருகினான்.

கடம்பனின் அருகில் வந்து அவனை ஒரு புழுவைப் போல் பார்த்தான். திருடுவது தவறு எனத் தெரியாதா என பிரெஞ்சில் கத்தினான். எவ்வாறு இங்கு வர, திருட தைரியம் வந்தது உனக்கு எனக் கத்திக்கொண்டே இடுப்பிலிருந்த கைத்துப்பாக்கியை எடுத்தான். கடம்பன் பயத்தால் நடுங்கிக்கொண்டிருந்தான். அவன் வாயிலிருந்து வார்த்தைகள் எதுவும் வரவில்லை. காவலர்களைப் பார்த்து அவனை விடும்படி சொன்னான். அலச்சியமாகக் கண்காணிக்கிறீர்கள் என அவர்களைப் பார்த்துக் கத்தினான். கைத்துப்பாக்கியை நீட்டி "திருடுனா சுட்டுக்கொல்லுவோம்" என கடம்பனின் கன்னத்தில் பலமாக அறைந்தான். அதே நேரத்தில் முன்பக்கக் கதவு வழியாக அலங்கரிக்கப்பட்ட

குதிரைவண்டி ஒன்று மாளிகையின் முகப்புப் பக்கம் சென்றது. வண்டியைப் பார்த்த பிரெஞ்சுக்காரன் "ஆடம்... ஆடம்..." எனக் கத்தினான். "ஜ அர்ரீவ்" (இதோ வருகிறேன்) என பிரெஞ்சில் சொல்லிக்கொண்டே குத்துச்சண்டை கையுறையுடன் பதினைந்து வயது சிறுவன் ஒருவன் ஓடிவந்தான். "மண் மூட்டையைக் குத்துனது போதும், இவனக் குத்து" என கடம்பனைக் காண்பித்தான். கைத்துப்பாக்கியை ஒரு காவலனிடம் கொடுத்து, "அவன் மயங்கிக் கீழே விழுந்தவுடன் பின்பக்கம் எடுத்துச்சென்று வீசி விடு. குத்தும் போது ஓடினால் சுட்டுவிடு" என கூறிவிட்டு குதிரைவண்டியை நோக்கிச் சென்றான். வண்டியிலிருந்து இரண்டு பிரெஞ்சுப் பெண்கள் இறங்கி மாளிகைக்குள் சென்றார்கள். அவர்களைத் தொடர்ந்து பிரெஞ்சுக்காரனும் உள்ளே சென்றான்.

அரைமணி நேரம் கடந்திருக்கும். மாளிகைக்கு வெளியே வந்த பெண்கள் மீண்டும் குதிரைவண்டியில் ஏறிப் புறப்பட்டார்கள். சிறிது நேரம் கழித்து வெளியே வந்த பிரெஞ்சுக்காரன் வெளித் தோட்டக் காவலர்களுக்கு குரல் கொடுத்தபடியே அங்கு சென்றான். கடம்பன் உடல் முழுக்க இரத்தம் வழிய கீழே மயங்கி விழாமல் நின்று கொண்டிருந்தான். அதைப் பார்த்த பிரெஞ்சுக்காரன் வியப்புடன் அருகில் சென்றான். காவலர்களைப் பார்த்தான். அவர்கள் எந்த அடிக்கும் இவன் விழவே இல்லை எனச் சொன்னார்கள். ஆடம் கூச்சப்பட்டு மீண்டும் பலமாகத் தாக்க முன்னே பாய்ந்தான். பிரெஞ்சுக்காரன் அவனைப் பார்த்து "ஃபில்ஸ் பதார்" (முறைதவறிப் பிறந்தவன்) தள்ளிப் போ எனக் கத்தினான். கடம்பன் பிரெஞ்சுக்காரன் கண்ணை நேராகப் பார்த்தான். அவன் வெளித்தள்ளும் மூச்சுக்காற்றுடன் இரத்தம் சிதறி வழிந்து கொண்டிருந்தது. வெடித்துப் புழு கோர்த்து அழுகிப்போன இறைச்சித் துண்டைப் போல நடுங்கிக்கொண்டு நின்றான். பிரெஞ்சுக்காரன் குளத்துக்கு அருகிலிருந்த உணவு மேசைக்குச் சென்று மொத்தமாக மேசைத்துணியுடன் உணவுகளை மூட்டைகட்டி கடம்பனிடம் தூக்கிப்போட்டான். கடம்பன் எதுவும் பேசாமல் மூட்டையை எடுத்துத் தோளில் போட்டுக்கொண்டான். பிரெஞ்சுக்காரன் "போ" என்றான். கடம்பன் திரும்பி மெதுவாக பின் பக்கத்தோட்டத்தைக் கடந்து வயலுக்குள் புகுந்தான்.

2

நேரமாகவே கடம்பனின் அண்ணன் வீடு திரும்பிவிட்டான். கடம்பன் மீண்டும் காட்டிற்குள் புகுந்து சேரியை அடைந்தான். சேரியில் பெரும்பாலான கூட்டம் வேலைக்குச் சென்றிருந்தது. மீதமிருந்த ஒரு சில ஆட்கள் கடம்பனைக் கண்டு அதிர்ச்சியடைந்து அவனைச் சூழ்ந்துகொண்டனர். எதுவும் பேசாமல் அவன் குடிசைக்குள் சென்றுவிட்டான். இரண்டு நபர்கள் ஓடிச்சென்று அவன் அம்மாவிடம் தகவல் சொன்னார்கள். அவள் பதறி அடித்துக்கொண்டு குடிசைக்குள் வந்தாள். கடம்பன் அவன் கொண்டு வந்த உணவு மூட்டையைப் பிரித்து உணவுகளை வாயில் திணித்துக்கொண்டிருந்தான். அவன் யாரிடமும் எதுவும் பேசவில்லை. அவன் அம்மாவும் அப்பாவும் என்ன ஆனது என புலம்பி அழுது தீர்த்துவிட்டு அவரவர் வேலையைப் பார்க்கச் சென்றுவிட்டனர்.

நாட்கள் நகர்ந்தன. கடம்பனின் உடல் வேகமாக இயல்பை அடைந்தது. வீங்கிய முகம் இரண்டு நாட்களிலேயே வற்றிவிட்டது. இரத்தம் கசிந்த இடமெல்லாம் மூடியிருந்தது. நான்கு நாட்களில் அவன் மீண்டும் கல் உடைக்கச் சென்றான்.

ஏழு நாட்கள் கழித்து காலையிலேயே அவன் அந்த பிரெஞ்சு மாளிகை முன் பக்க கதவருகே

சென்று நின்றான். காவலர்கள், இங்கே வர அனுமதி இல்லை என விரட்டினார்கள். ஆனால் கடம்பன் சற்றுத் தள்ளி நின்று மாளிகையின் முகப்பையே பார்த்துக்கொண்டிருந்தான். ஒரு மணி நேரம் கடந்திருக்கலாம். பிரெஞ்சுக்காரன் மேல்தளத்திற்கு வந்து வெளியே பார்த்தான். அவன் கடம்பனைக் கண்டுகொண்டான். ஆட்களை விட்டு அவனை தோட்டத்திற்கு உள்ளே அழைத்து வரச் சொன்னான். கடம்பன் உள்ளே சென்றான். பிரெஞ்சுக்காரன் அவனைப் பார்த்து என்ன என சைகை செய்தான். கடம்பன் சாப்பாடு என்றான். பிரெஞ்சுக்காரனின் உதவியாளன் அதை மொழிபெயர்த்து அவனிடம் சொன்னான். பிரெஞ்சுக்காரன் தோட்டத்திற்குப் பின்பக்கமாக கடம்பனை அழைத்துச்சென்றான். பின்பக்கம் ஒரு கூடத்திற்கு இட்டுச் சென்றது. கூடத்திற்குள் பத்திற்கும் மேற்பட்டோர் குத்துச்சண்டை பழகிக்கொண்டிருந்தனர். ஆடம் வளையத்திற்குள் பயிற்சி மேற்கொண்டிருந்தான். பிரெஞ்சுக்காரன் ஆடமைக் கைகாட்டி கடம்பனிடம் "அவனோடு சண்டைபோடு. அவனை நீ வீழ்த்திவிட்டால் உனக்கு உணவு தருகிறேன்" என பிரெஞ்சில் கூறினான். கடம்பனுக்குப் புரியும்படி மொழிபெயர்ப்பாளன் திரும்பச் சொன்னான். கடம்பன் பிரெஞ்சுக்காரனைப் பார்த்து தலையசைத்தான்.

பிரெஞ்சுக்காரன் "அர்ரேடிர்" (நிறுத்து) எனக் கத்தினான். அனைவரும் பயிற்சியை நிறுத்தினார்கள். ஆடமை அழைத்து கடம்பனுடன் சண்டை போடச் சொன்னான். ஆடமின் பயிற்சியாளன் கேலி பேசினான். "ஆடம் தொழில்முறை சண்டைப் பயிற்சி செய்பவன். மேலும் ஆடமின் வயதும் எடையும் கடம்பனைக் காட்டிலும் மிக அதிகமாக இருக்கும். எவ்வாறு சண்டை செய்வது, அது சமமாக இருக்காது" என்றான். பிரெஞ்சுக்காரன் பார்க்கலாம் என்றான்.

சண்டை தொடங்கியது. கடம்பனுக்கு எவ்வாறு நிற்பது, சண்டை செய்வது எனத் தெரியவில்லை. ஆடமின் தொடர் தாக்குதல் கடம்பனின் நெற்றியையும் உதட்டையும் கிழித்து இரத்தத்தை கசியச் செய்தது. ஆனால் ஆடமின் எவ்வளவு பலமான குத்துகளாலும் கடம்பனை வீழ்த்த முடியவில்லை. முதல்சுற்று முடிவிற்கான மணி அடிக்கப்பட்டது. மணி ஒலியைக் கேட்டு ஆடம் பின்வாங்கினான். கடம்பனுக்கு என்ன செய்வது எனத்

தெரியவில்லை. ஆடமின் பயிற்சியாளன் கடம்பனின் விலாவை தாக்கும்படி சொன்னான். அது அவனை நிற்க முடியாமல் கீழே சாய்த்துவிடும் என்றான்.

இரண்டாவது சுற்றுக்கான மணி அடிக்கப்பட்டது. ஆடமின் தாக்குதல் கடம்பனின் விலாவைத் தாக்கிக் குடைந்தெடுத்தது. கடம்பனுக்கு எவ்வாறு தடுப்பது, திரும்பத் தாக்குவது என தெரியவில்லை. உறுமிக்கொண்டும் கத்திக்கொண்டும் கடம்பன் அவன் கைகளை அங்குமிங்கும் சுற்றினான். ஆனால் கடம்பனின் கைகளால் ஆடமின் தற்காப்பை ஊடுருவ முடியவில்லை. பயிற்சியாளன் ஆடமின் நகர்வைப் பார்த்து சிலாகித்தான். இவன் தான் எதிர்காலம் என அனைவரும் கேட்கும்படி கத்தினான்.

நான்கு சுற்றுகள் கடந்தும் கடம்பன் வீழவில்லை. ஆடம் சோர்வானான். ஆடமின் குத்துகள் வலுவிழந்தன. மூச்சைக் கட்டுப்படுத்து கட்டுப்படுத்து என பயிற்சியாளன் வளையத்திற்கு வெளியே இருந்து கத்தினான். நான்காவது சுற்றின் இறுதி நிமிடங்களில் ஆடம் சோர்ந்து நின்றுவிட்டான். அவன் கைகள் தளர்ந்து கீழே இறங்கின. வெளிப்படையாகத் தெரிந்த ஆடமின் தாடையில் விழுந்த கடம்பனின் ஒரு குத்து ஆடமின் வாயை உடைத்துக்கொண்டு இரத்தத்தை கக்கியபடி அவனைக் கீழே சாய்த்தது. கீழே விழுந்தவன் மீண்டும் எழவில்லை. பயிற்சியாளன் கத்திக்கொண்டே வளையத்திற்குள் புகுந்து ஆடமைத் தூக்கினான். பிரெஞ்சுக்காரனைப் பார்த்தான். பிரெஞ்சுக்காரன் புன்னகைத்தான். “குத்துச்சண்டையில் நகர்வும் பாணியும் முக்கியமில்லை, இதயம் இதயம்தான் முக்கியம்” எனக் கூறிவிட்டு அவன் உதவியாளனை அழைத்து கடம்பனுக்கு முதலுதவிகளை அளித்து சுத்தம் செய்யச் சொன்னான்.

கிழிந்த அழுக்கேறிய அரைக்கால் சட்டையுடன் நின்றிருந்த கடம்பனுக்கு உதவிகள் அளிக்கப்பட்டு அவன் இரத்தக் கசிவுகள் நிறுத்தப்பட்டன.

பிரெஞ்சுக்காரன் கடம்பனை அழைத்து உன் பெயர் என்ன என கேட்டான். மொழிபெயர்ப்பாளன் அதை விளக்க கடம்பா எனச் சொன்னான். பிரெஞ்சுக்காரன் சிரித்துக்கொண்டே அவன் கையைப்பற்றி மாளிகைக்குள் இழுத்துச் சென்றான்.

நேராக விருந்தினர்கள் அறைக்கு கூட்டிச்சென்று பத்தடி நீளமும் ஆறடி அகலமுமான உணவு மேசையில் அவனைத் தூக்கி உட்காரவைத்தான். சமையலறைக்குச் சென்று அவன் கையில் கிடைத்த அனைத்து உணவுகளையும் எடுத்து வந்து அந்த மேசையில் கொட்டினான். சமையல்காரர்களிடம் என்னென்ன உணவுகள் உள்ளனவோ அனைத்தையும் எடுத்துவரக் கட்டளையிட்டான். கடம்பனுக்கு எந்த வலியும் உணர்வும் இல்லை. உதடு கிழிந்திருந்தது. தாடைகள், கண்கள் வீங்கி இருந்தன. விலாக்களில் இரத்தம் கட்டி இருந்தது. ஆனால் எதையும் அவன் உணரவில்லை. உணவை இரண்டு கையாலும் அள்ளி அள்ளி வாயில் திணித்தான். ஆடு, மாடு, கோழி, பன்றி இறைச்சிகள், நெய் ரொட்டிகள், இந்திய வகை அரிசி, பருப்புக் குழம்புகள், காய்கறி, பழங்கள், இனிப்புகள் என அனைத்தும் அவன் முன் பரிமாறப்பட்டது. கடம்பன் எதையும் கவனிக்கவில்லை. தின்றுகொண்டே... தின்றுகொண்டே... இருந்தான். பிரெஞ்சுக்காரன் சமையல் ஆட்களை வெளியே அனுப்பினான். கடம்பன் வாயில் உணவுகளை அள்ளித் திணிப்பதைப் பார்த்துக்கொண்டே இருந்தான். கடம்பன் தின்பதை நிறுத்தவேயில்லை. ஒரு மணிநேரம் கடந்திருந்தது. ஆனாலும் அவன் உண்ணும் வேகம் குறையவேயில்லை. பிரெஞ்சுக்காரன் அறையை விட்டு வெளியே சென்றான். இரண்டு மணி நேரம் கழித்து வந்து பார்த்தான். அனைத்து உணவுகளும் தீர்ந்திருந்தன. கடம்பன் மேசையிலேயே உறங்கிக்கொண்டிருந்தான்.

இரண்டு நாட்கள் கழித்து பிரெஞ்சு மாளிகை ஊழியர்கள் கடம்பனைப் பார்க்க சேரிக்கு வந்தார்கள். பிரெஞ்சுக்காரன் அழைத்து வரச் சொன்னதாக குதிரை வண்டியில் கூட்டிச்சென்றனர்.

எந்த மாளிகைக் காவலர்கள் அவனை விரட்டினார்களோ அவர்களே மாளிகையின் கதவைத் திறந்தார்கள். மாளிகையின் விருந்தினர் அறையில் அவனுக்குப் பழச்சாறு கொடுக்கப்பட்டது. "இனி என்ன பண்ணப்போற" என பிரெஞ்சுக்காரன் அரைகுறைத் தமிழில் பேசிக்கொண்டே அவனருகே வந்து அமர்ந்தான். "குத்துச்சண்டை கத்துக்கிறியா? அது உனக்கு சோறு

போடும்." "சோறு கெடச்சா கத்துக்கலாமே" என கடம்பன் பதிலளித்தான். அதைக் கேட்டு பிரெஞ்சுக்காரன் சிரித்தான்.

பிரெஞ்சுக்காரன் ஊழியர்களை அழைத்தான். கடம்பனை குளிக்க வைத்து புது ஆடைகளைக் கொடுக்கச் சொன்னான். அவர்கள் கடம்பனைக் குளிக்க வைத்தார்கள், அவன் உடம்பிலிருந்த அழுக்குகள் நீக்கப்பட்டு சுத்தமானான். அவனுக்கான புது உடைகள் அங்கேயே தைக்கப்பட்டன. பிரெஞ்சு நீலத்தில் கால்சட்டையும் வெள்ளை நிற மேல்சட்டையும் பூட்ஸ் காலணிகளும் அவனின் பளபளத்த கருப்பு உருவத்தை அலங்கரித்தன. காலணிகளையும் முழுக் கால்சட்டையையும் அன்றுதான் அவன் முதல்முறையாக அணிந்தான். புதிய உடையுடன் தூக்கிவாரப்பட்ட மயிருடன் புதிய கடம்பனாக பிரெஞ்சுக்காரன் முன் நின்றான். பிரெஞ்சுக்காரன் கண்கள் விரிந்தன, ஒரு துரையின் கம்பீரம் கடம்பனைப் பற்றிக்கொண்டது. பிரெஞ்சுக்காரன் சிரித்துக்கொண்டே அவனைத் தூக்கி வாரி அணைத்தான். பிரெஞ்சுக்காரனுக்கு கடம்பன் மேல் இனம்புரியாத அன்பு தொற்றிக்கொண்டது.

கடம்பனைத் தூக்கி அவனின் கம்பீரமான அரேபிய வெள்ளைக்குதிரையில் உட்காரவைத்தான். அவனும் ஏறிக்கொண்டு மாளிகையைச் சுற்றி வந்தான். பின் பாண்டிச்சேரி வீதிகளை சுற்றினான். வெள்ளைக்காரர்களும் பிற மக்களும் கடம்பனை வியப்பாகப் பார்த்தார்கள். கடம்பனின் சேரியை அடைந்து அவனை அங்கு இறக்கி விட்டான். நாளை காலை முதல் வகுப்பை ஆரம்பிப்போம் எனக் கூறினான். கடம்பனும் தலையசைத்தான். புழுதியைக் கிளப்பிக்கொண்டு பிரெஞ்சுக்காரனின் குதிரை பறந்தது.

சேரி மக்கள் கடம்பனை சுற்றிக் கூடிவிட்டனர். கூட்டத்தில் தனி ஒருவனாக நின்றான். சேரிக் கூட்டம் அவனை நெருங்க அஞ்சியது. கடம்பன் உருவத்தில் வேறு யாரோ வந்திருப்பதாக முணுமுணுத்தார்கள். கடம்பனின் அம்மா அவனைப் பார்த்து பயத்தில் அழத்தொடங்கினாள். ஏதாவது தவறு நடந்து விட்டதா எனக் கடம்பனை உலுக்கினாள். கடம்பன் யாரிடமும் எதுவும் பேசவில்லை. அவன் அவனைச் சுற்றி நடக்கும் செயல்களை ரசித்துக்கொண்டிருந்தான். அவனை விரட்டிய காவலர்கள்

அவனுக்காக கதவைத் திறந்ததை நினைத்து, வேலை நடக்கும் இடத்திற்கு குதிரையில் சென்றபோது அவனை பக்கத்திலேயே நெருங்க விடாத மேலாளர் இப்போது அவனைப் பார்த்து அஞ்சி பின் சென்றதை நினைத்து ரசித்தான். அவன் வாழ்க்கைக்கான தேடலையும் புரிதலையும் உணர்ந்துவிட்டதாக நினைத்தான்.

அடுத்த நாள் காலை சூரியன் எழும் முன்னரே கடம்பன் பிரெஞ்சுக்காரனின் அறைக்கு வெளியே காத்துக்கொண்டிருந்தான். பிரெஞ்சுக்காரன் வெளியே வந்து கடம்பனைப் பார்த்து “திசோலி ஜ ஸ்விய் ஒன் ரிதார்” (மன்னிச்சிடு நான் தாமதமாக்கிட்டேன்) என்றான். அவனே கடம்பனுக்கு குத்துச்சண்டை பற்றி சொல்லிக்கொடுக்கத் தொடங்கினான். கடம்பன் வேகமாக இருந்தான். அவன் வேகம் கட்டுப்பாடற்று இருந்தது. சோர்வே அவனை அண்டவில்லை. “கட்டுப்பாடற்ற வேகம் உதவாது, அது உன்னையே சாய்த்து விடும்” என பிரெஞ்சுக்காரன் சொன்னான். கடம்பனால் அவன் சொல்வதை உள்வாங்க முடியவில்லை. “கவலைப்பட வேண்டாம் பயிற்சியில் அது சரியாகிவிடும்” என்றான். இரண்டு மணி நேரம் கடந்து விட்டது. பிரெஞ்சுக்காரன் சோர்ந்து விட்டான், கடம்பன் சோர்வாகவில்லை. “போதும் நாளை தொடரலாம்” என பிரெஞ்சுக்காரன் சொன்னான். “அடுத்து என்ன செய்யலாம்” என பிரெஞ்சுக்காரன் கேட்டான். கடம்பன் சோறு என்றதும், எனக்கும் தேவை என பிரெஞ்சுக்காரன் சிரித்தான்.

இரண்டு பேரும் உணவறைக்குச் சென்றார்கள். நான்கு ஆட்கள் உண்பதை கடம்பன் ஒருவனாக உண்டுகொண்டிருந்தான். பிரெஞ்சுக்காரன் கடம்பனைப் பார்த்து “நீ பிரெஞ்சும் ஆங்கிலமும் கற்றுக்கொள்ள வேண்டும். அதற்கும் நான் ஏற்பாடு செய்கிறேன். பின் உனக்கு விருப்பமிருந்தால் இங்கேயே நீ தங்க வசதி செய்கிறேன்” என்றான்.

கடம்பன் மாளிகையிலேயே தங்கத் தொடங்கினான். மிகவும் தீவிரமாகப் பயிற்சி எடுத்தான். உணவு, சண்டையைத் தவிர வேறு ஒன்றும் அவனுக்குத் தெரியவில்லை. இரண்டு வருடங்கள் கடந்திருந்தன. ஆங்கிலமும் பிரெஞ்சும் சரளமாகப் பேசக் கற்றுக்கொண்டான். தீவிரப் பயிற்சியால் அவன் உடல் இறுகிப்போயிருந்தது. அவன் சேரிக்குச் செல்வதை முற்றாகத்

தவிர்த்திருந்தான். அவ்வப்போது அவனின் அம்மா மற்றும் அண்ணன் மட்டும் மாளிகைக்கு வந்து அவனைப் பார்ப்பார்கள். அவர்களுக்கு கடம்பனை நினைத்து நிம்மதிதான். அவனுடைய அப்பா "இறக்க மொளச்சா பறந்து போய்டனும், அவன் நல்லா இருக்கா. வுட்டுடு சும்மா அவன பாத்துட்டு அழாத" என கடம்பனின் அம்மாவை ஏசுவார்.

கடம்பன் பிரெஞ்சுக் கூட்டத்துடனேயே அதிக நேரமிருந்தான். பிரெஞ்சு மொழியிலேயே பேசினான். பிரெஞ்சுக்காரனாகவே தன்னை உணர்ந்தான்.

பதினாறு வயதைக் கடந்திருந்தான் கடம்பன். முதல் தொழில்முறை குத்துச்சண்டைப் போட்டிக்கு பிரெஞ்சுக்காரன் அவனை அழைத்துச் சென்றான். ஐரோப்பிய ஆசிய நட்புறவுக் கழகம் மெட்ராஸில் போட்டிகளை நடத்தியது. கடம்பனுக்கு எந்தப் பதட்டமும் இல்லை. வளையத்திற்குள் ஏறினான். ஜப்பான் நாட்டைச் சேர்ந்த ஒரு பாலகனை அறிவிப்பாளன் அழைத்தான். இருவரும் கைகொடுத்துக் கொண்டனர். கடம்பன் வாலிபனாக மாறியிருந்தான். விரிந்த தோள்பட்டைகளும் மார்பகங்களும் முறுக்கேறிய கைகளும் கட்டுக்கட்டான உடல் சதைகளும் அவனைத் தனித்துவமாகக் காட்சிப்படுத்தின. விளக்கொளியில் அவன் உடலில் வழியும் வியர்வைகள் அவன் கருத்த பளபளக்கும் தோலில் இறங்கி மின்னியது.

போட்டி தொடங்குவதற்கான மணி அடிக்கப்பட்டது. கடம்பனின் நகரும் பாணியும் வேகமும் சேர்ந்து அவன் காற்றில் மிதப்பது போன்ற மாயயை உண்டாக்கியது. இரண்டு சுற்றுகளில் ஜப்பான் நாட்டு வீரனை இலகுவாக வீழ்த்தினான். கூட்டத்தின் பார்வை கடம்பன் பக்கம் திரும்பியது. வணிகர்களும் முதலாளிகளும் கடம்பனை கவனிக்கத் தொடங்கினர். போட்டி முடிந்தவுடன் பிரெஞ்சுக்காரன் சிறிதுகூடத் தாமதிக்காமல் கடம்பனை அவன் அறைக்குக் கூட்டிச்சென்றான். 'கூட்டம் உனைச் சூழ்ந்துகொள்ளும். கவர்ச்சியாகப் பேசும், மயக்கும். ஆனால் அது உனை உயர்த்தாது, மாறாக வீழ்த்திவிடும்' என கடம்பனிடம் பிரெஞ்சுக்காரன் கூறினான். அந்த வருடத்தின் போட்டிக்கான மகுடத்தை கடம்பன் எந்த சிரமமுமின்றி சூடிக்கொண்டான். அதைத் தொடர்ந்து அந்த வருடத்தில்

கடம்பன் பதினெட்டுப் போட்டிகளில் கலந்து கொண்டான். அனைத்தையும் நாக் அவுட் முறையில் வென்றெடுத்தான்.

அடுத்த வருட கோடைகாலத்தில் பிரெஞ்சுக்காரன் கடம்பனை ஐரோப்பியாவிற்கு சுற்றுப்பயணம் அழைத்துச் சென்றான். நூற்றி இருபது நாள் கடல் பயணத்தில் செங்கடல் வழியாக சூயஸ் கால்வாயைக் கடந்து பிரெஞ்சுத் துறைமுகத்தை அடைந்தனர். பிரான்சின் மக்களும் அந்த நாட்டின் இயற்கையான நிறங்களும் அவன் பார்த்த இந்தியாவிலிருந்து பெரிதும் மாறுபட்டிருந்தன. துறைமுகத்தைக் கடந்து நகருக்குள் வந்தார்கள். கடம்பனின் உடை ஒரு மேல்தட்டு ஐரோப்பியனின் பாணியை ஒத்திருந்தது. அவனைக் கண்ட வெள்ளையர்கள் கோபமாகவும் வியப்பாகவும் அவர்களுக்குள் ஏதோ முணுமுணுக்கத் தொடங்கினர். கடம்பனுக்கு எதுவும் விளங்கவில்லை. எவரும் அவனிடம் பேசும் முன் பிரெஞ்சுக்காரன் அவனுக்காகக் காத்திருந்த வண்டியில் கடம்பனை ஏற்றினான்.

பெரிய வேலைப்பாடு கொண்ட கட்டிடங்கள், பூத்துக் குலுங்கிய மரங்கள், வெயிலே வெளிப்படாத வானிலையை கடம்பன் பார்த்து ரசித்துக்கொண்டே சென்றான். வீதிகளைக் கடந்து வண்டி ஒரு வளைவான முகப்பிற்குள் நுழைந்து ஒரு பெரிய மாளிகையின் முன் நின்றது. பிரெஞ்சுக்காரனை வரவேற்க நிறைய பேர் கூடி நின்றார்கள். அவனுடன் கடம்பன் இறங்கியதைப் பார்த்த ஒரு வயதான பிரெஞ்சுக்காரி "அடிமையே காலிலிருக்கும் பூட்ஸைக் கழட்டு" என அதட்டினாள். "அம்மா அவன் அடிமை இல்லை, என் மாணவன். தள்ளிப்போ..." என பிரெஞ்சுக்காரன் தடுத்தான்.

கடம்பன் வண்டிக்குள்ளிருக்கும் பெட்டிகளை எடுக்கத் தொடங்கினான். பிரெஞ்சுக்காரன் கடம்பனிடம் அவற்றை எடுக்கவேண்டாம் என்றும் அவற்றை வேலையாட்கள் எடுத்து வருவார்கள் எனவும் கூறினான். நான்கு கருப்பினப் பெண்கள் பெட்டிகளை எடுத்துக்கொண்டு உள்ளே சென்றார்கள். "அமிலி கடம்பனை விருந்தினர் அறைக்குக் கூட்டிச்செல்" என்றான் பிரெஞ்சுக்காரன். "கெல் னாம் டு அ ட்ஜி" (நீங்க என்ன பெயர் சொன்னீங்க) என அமிலி பிரெஞ்சுக்காரனைக் கேட்டாள். பிரெஞ்சுக்காரன் சிரித்துக்கொண்டே மாளிகைக்குள் சென்றான்.

அமிலி கடம்பனைப் பார்த்து என் பின்னே வா என சைகை காட்டினாள். அவளின் நீலநிறக் கருவிழிகள் கடம்பனை சிறிது நேரம் கிறங்கடித்தன. அவள் திரும்பி "வெனீர்" (வா) எனக் கூறி கடம்பனை நோக்கிக் கையை அசைத்தாள். அவள் தலையை நேர்த்தியான மஞ்சள் பூக்களாலான வளைவுத் தொப்பி அலங்கரித்திருந்தது. தொப்பியின் வழியே இடுப்பு வரை தொங்கிக்கொண்டிருந்த அவளின் பழுப்பு நிற முடிகள் காற்றில் மயில் இறகைபோல் உலாவின. கையில்லாத, கால்வரை நீண்ட பெரிய ஊதா நிற மேலாடையை அணிந்திருந்தாள். தோலில் தொங்கிக்கொண்டிருந்த வெள்ளைநிற தோகை அவள் இடுப்பை சுற்றி தரையில் இருக்கும் புற்களை வருடிக்கொண்டு சென்றது.

கடம்பன் மாளிகையின் இடது பக்க வாசல் வழியாக அவளைத் தொடர்ந்து சென்று கொண்டிருந்தான். ஒரு பெரிய அறைக் கதவைத் திறந்து இங்கே தங்கிக்கொள் என்றாள். கடம்பன் உள்ளே சென்று கதவைத் தாழிட்டுக்கொண்டு மெத்தையில் சரிந்தான். சிறிது நேரம் கழித்து வெளியே நிறைய சிறுவர்களின் குரல் கேட்டது. கதவு இடுக்கு வழியாக அவர்கள் தன்னைப் பார்ப்பதாக அவன் உணர்ந்தான். கடம்பனும் உள்பக்கமாக இருந்து அதே இடுக்கு வழியாக வெளியே பார்த்தான். பின் கதவை வேகமாகத் திறந்தான். ஆறேழு சிறுவர்கள், அமிலி எல்லோரும் "ஓர்ஸ் ஓர்ஸ்" (கரடி) என பிரெஞ்சில் கத்திக்கொண்டே ஓடினார்கள்.

மதியம் இரண்டு மணியளவில் கடம்பனை உணவறைக்கு சாப்பிட அழைத்துவரச் சொன்னதாக ஊழியர்கள் வந்து சொன்னார்கள். இருபத்தெட்டு பேர் கொண்ட பிரெஞ்சுக்காரனின் குடும்பம் வட்டமாக மேசையில் அமர்ந்திருந்தது. கடம்பன் வந்தவுடன் பிரெஞ்சுக்காரன் அவனை அவனருகில் அமரச் சொன்னான். அனைவருக்கும் உணவு பரிமாறப்பட்டது. அமிலி இரண்டு மூன்று சிறுவர்களைச் சீண்டி விட்டு "ஓர்ஸ் ஓர்ஸ்" எனக் கத்தச் சொன்னாள். அவர்களும் "ஓர்ஸ் ஓர்ஸ்" எனக் கடம்பனைச் சீண்டினார்கள். "சரி இவனைப் பற்றிச் சொல்" என அமிலியின் தந்தையும் பிரெஞ்சுக்காரனின் அண்ணனுமான தாமஸ் பெர்கர் கேட்டான். "இந்திய பிரெஞ்சுக் காலனியில் எனக்குக் கிடைத்த வைரம் இவன். கடம்பன் வீழ்த்தவே முடியாத சிறந்த குத்துச்சண்டை

வீரன்" எனக் கூறினான். 'வீழ்த்தவே முடியாத குத்துச்சண்டை வீரன்' என்ற வார்த்தையைக் கேட்டவுடன் பிரெஞ்சுக்காரனின் அண்ணன் சத்தமாகச் சிரித்தான். "இந்தியாவில் நான்கு பேரைச் சாய்த்துவிட்டால் அவன் பெரிய வீரனா" என பிரெஞ்சுக்காரனைப் பார்த்து நகைத்தான். "அவன் எந்த ஒரு உண்மையான குத்துச்சண்டை வீரனிடமும் இன்றுவரை மோதியிருக்க மாட்டான்" எனவும் கூறினான். இந்த வார்த்தை பிரெஞ்சுக்காரனை கோபமுறச் செய்தது. வார்த்தையைக் கட்டுப்படுத்தி பேசுமாறு அவன் அண்ணனிடம் கூறினான். "என்ன பேசச் சொல்கிறாய், அவனால் ஒரு ஐரோப்பியனுக்கு இணையாக சண்டையிட முடியுமா? இல்லை குறைந்தபட்சம் ஒரு சுற்று தான் நிற்க முடியுமா? எவ்வாறு ஒரு ஆசியன் அதுவும் இந்தியன் சிறப்பாக இருக்க முடியும். முட்டாள்தனமாக உளறாதே." பிரெஞ்சுக்காரன் மேசையை பலமாகத் தட்டினான். அது அதிர்ந்து கோப்பையிலிருந்த மதுரசத்தை சிதறச் செய்தது. "யார் முட்டாள்? உன்னால் முடிந்தால் கடம்பனை வீழ்த்தக் கூடிய ஒருவனைக் கொண்டு வா பார்த்துவிடலாம்" எனக் கூறிவிட்டு மேசையிலிருந்து வெளியேறிவிட்டான். பிரெஞ்சுக்காரனின் அண்ணனுக்கு கடம்பன் முதலில் அவர்களுக்குச் சமமாக உட்கார்ந்து சாப்பிடுவதே பிடிக்கவில்லை. கடம்பனும் வேகமாக அவன் உணவை முடித்துக்கொண்டு பிரெஞ்சுக்காரனிடம் சென்றான். அவன் நூலகத்தில் அமர்ந்திருந்தான். கடம்பன் அருகில் செல்லும்போது தொடர்ச்சியாக இருமிக்கொண்டிருந்தான். கடம்பன் "என்ன ஆயிற்று" என்று கேட்டான். "ஒன்றுமில்லை. பயணம் உடலைக் கெடுத்திருக்கலாம், நீ சென்று ஓய்வெடு" என்றான் பிரெஞ்சுக்காரன். "மன்னித்துவிடுங்கள்" எனக் கடம்பன் சொன்னான். "எதற்கு? பலமானவன் யாரிடமும் மன்னிப்புக் கேட்க வேண்டியதில்லை. நீ உன் பலத்தாலேயே அனைத்தையும் அடைந்தாய். யாரும் உனக்கு பிச்சை அளிக்கவில்லை. தேவையில்லாததை சிந்திக்காதே. உன் மேல் எனக்குப் பெரிய கனவிருக்கிறது. நான் உன்னோடு உள்ளேன். உயர்வை மட்டுமே சிந்தி" என்றான் பிரெஞ்சுக்காரன்.

பிரெஞ்சுக்காரன் சபையில் எல்லோர் முன்பும் அவ்வாறு சொன்னது அவன் அண்ணனுக்கு எரிச்சலை உண்டாக்கியது. ஒரு சண்டைக்கு ஏற்பாடு செய்யச் சொன்னான். சண்டை

நடப்பதாக இருந்தால் அது பெரிய அளவிலிருக்கட்டும் என்றான் பிரெஞ்சுக்காரன். கடம்பனை ஐரோப்பியர்களுக்கு இந்த முறையிலேயே அறிமுகம் செய்வோம் என நினைத்தான். ஒரு வாரம் கழித்து போட்டியை நடத்தத் தீர்மானித்தார்கள். பிரெஞ்சு நாட்டின் சாம்பியனை கடம்பனுக்கு எதிராகச் சண்டையிட பிரெஞ்சுக்காரனின் அண்ணன் ஒப்பந்தம் செய்திருந்தான்.

ஊழியர்கள் கடம்பனின் துவைத்த துணிகளை அவன் அறைக்கு எடுத்துச் சென்றுகொண்டிருந்தனர். அமிலி அவர்களை மறித்து நான் கொடுத்து விடுகிறேன் என்றாள். கடம்பனின் கதவைத் தட்டினாள். கடம்பன் கதவைத் திறந்தவுடன் அவன் கையில் துணியை வைத்துவிட்டு "கரடிகள் உடைகளும் அணியுமோ" என பிரெஞ்சில் சொல்லிச் சிரித்தாள். கடம்பன் பதிலுக்கு "ஏன் மான்கள் போட்டுக்கொண்டு சுற்றும்போது கரடிகள் அணியக்கூடாதா" என பிரெஞ்சிலேயே பதிலளித்தான். அமிலியின் கண்கள் பெரிதாக விரிந்தன. "உன்னால் நான் பேசுவதைப் புரிந்து கொள்ள முடியுமா" எனக் கேட்டாள். "என்னால் புரிந்து கொள்ளவும் முடியும், திரும்பப் பேசவும் முடியும், ஏன் இப்போது உன் இடுப்பைக் கிள்ளவும் முடியும்" எனச் சொல்லி அமிலியின் இடுப்பைத் திருகினான். வலி தாங்காமல் அவள் அவன் கையைத் தட்டிவிட்டு ஓடினாள். தூரமாகச் சென்று "பார்த்து... சண்டையில் கரடிக்கு காயம் பட்டுவிடப் போகுது" எனக் கத்திக்கொண்டே மறைந்து விட்டாள்.

குத்துச்சண்டை அரங்கத்தில் கூட்டம் அதிகமாக இருந்தது. ஐரோப்பிய நாட்டின் முக்கிய முதலாளிகள், ஆளுநர்கள், பிரபலங்கள் அழைக்கப்பட்டிருந்தனர். பிரெஞ்சுக்காரனின் குடும்பமும் வந்திருந்தது. பிரெஞ்சுக்காரன் கடம்பனுடன் அறையில் இருந்தான். "இதுவும் நீ சண்டையிடும் சாதாரண சண்டை போலத் தான். கூட்டத்தையும் மற்ற எந்த செயல்களையும் கவனிக்காதே, வேகமாக முடித்துவிட்டு வந்துவிடு." பேச்சுக்கு இடையே பிரெஞ்சுக்காரன் தொடர்ந்து இருமிக்கொண்டிருந்தான்.

"ஏன் இன்னும் உடம்பு சரி ஆகல. மருந்து எடுத்துக்கலயா."

"அதப்பத்தி என்ன. இருமல் சளி வந்தா சரியாக ரெண்டு மூனு வாரம் ஆய்டும். நீ தேவையில்லாம யோசிக்காத. சண்டையில கவனத்த வை. இந்த சண்டைக்கு அப்பறமா நிறைய வேலை இருக்கு."

வளையத்தில் அறிவிப்பாளன் வீரர்களை அழைக்கும் சத்தம் கேட்டது. பிரெஞ்சு நாட்டின் சாம்பியன் வளையத்திற்குள் வந்தான். அவனை தொடர்ந்து கடம்பன் வளையம் புகுந்தான்.

கூட்டம் ஊ... என்ற சத்தம் எழுப்பினாலும் சிறுவர்களும் அமிலியும் கடம்பா எனக் கைதட்டினார்கள். பிரெஞ்சுக்காரன் பிரெஞ்சு ஆளுநர்கள் அருகில் அமர்ந்து கொண்டான். ஆளுநர் ஒருவர் அவன் பெயர் என்ன எனக் கேட்டார். கடம்பன் என்றான் பிரெஞ்சுக்காரன். என்ன என்பது போல் ஆளுநர் மீண்டும் கேட்டார்.

சண்டை தொடங்குவதற்கான ஒலி எழுப்பப்பட்டது. பிரெஞ்சு சாம்பியன் கடம்பனை விட அரையடி உயரமாகவும் எடை அதிகமானவனாகவும் இருந்தான். கடம்பனை எந்த இரக்கமும் இல்லாமல் அடித்துச் சாய்க்க வேண்டுமெனக் கட்டளையிட்டிருந்தனர். போட்டி தொடங்கியது. பிரெஞ்சு சாம்பியனின் உயரம் அவனுக்குச் சாதகமாக இருந்தது. அவனால் இலகுவாகக் கடம்பனின் தலையை நெருங்க முடிந்தது. பிரெஞ்சு சாம்பியன் வேகமாகத் தாக்கத் தொடங்கினான். அவனின் பெரும்பாலான தாக்குதலை கடம்பன் லாவகமாகத் தடுத்துவிட்டான். கடம்பனை வளையத்தின் ஒரு மூலையில் மடக்கி தலையிலும் விலாவிலும் மாறி மாறித் தாக்கிக் கொண்டிருந்தான் பிரெஞ்சு சாம்பியன். கடம்பன் அவனை அணைத்த பிறகும் நடுவர் சண்டையை விலக்கவில்லை. அவனைத் தொடர்ந்து தாக்க அனுமதித்தான். கடம்பன் பிரெஞ்சு சாம்பியனின் எட்டாவது குத்தை தவறவிடசெய்து அவனை வளையத்தின் மூலையில் சிக்க வைத்து தாக்கத் தொடங்கினான். இந்த முறை சாம்பியன் கடம்பனை அணைத்தவுடன் நடுவர் இருவரையும் பிரித்து வளையத்திற்கு நடுவில் கொண்டுவந்து மீண்டும் சண்டையைத் தொடங்கச் செய்தார். இதைப் பார்த்தவுடன் பிரெஞ்சுக்காரன் நடுவர் சாம்பியனுக்குச் சாதகமாகச் செயல்படுகிறான் எனப் புரிந்து கொண்டான்.

கடம்பனின் தடுப்பை உடைத்துக்கொண்டு சாம்பியனின் குத்து கடம்பனின் நெற்றியைக் கிழித்து இரத்தத்தைக் கசியச் செய்தது. பிரெஞ்சுக்காரன் கோபமுற்று வளையத்திற்கு அருகில் சென்று கடம்பனிடம் கத்தினான். “தடுத்து ஆடாத, அடிச்சி அவன சாய்” என்றான். கடம்பன் அவன் தடுப்பாட்டத்தை நிறுத்திவிட்டு தாக்குதலைத் தொடுக்கத் தொடங்கினான். கடம்பனின் பாணி சட்டென மாறிவிட்டது. அவன் நகரும் விதமும் தாக்கும் வேகமும் அதிகரித்துக்கொண்டே சென்றது. கடம்பன் நுனிப்பாதத்தால் நகரும் வேகம் அவன் காற்றில் மிதப்பது போன்ற தோற்றத்தை ஏற்படுத்தியது. சாம்பியனை சுற்றித் தாக்கத் தொடங்கினான். சாம்பியனால் கடம்பனின் தாக்கும் பாணியை உள்வாங்கிக்கொண்டு அதற்கான தடுப்பை விரைவாக உண்டாக்க முடியவில்லை. முதல் சுற்று முடிய இன்னும் நாற்பது நொடிகள் மீதமிருந்தது. பிரெஞ்சுக்காரன் அவனை முடித்துவிடு எனக் கத்தினான். சாம்பியன் வளையத்திற்கு நடுவில் கடம்பனின் சுழலில் சிக்கிக்கொண்டான். கடம்பனின் தாக்கும் பாணி பிரெஞ்சு குத்துச்சண்டைக்கும் பார்வையாளர்களுக்கும் புதிதாக இருந்தது. சாம்பியனின் தலை, முகம், பின்தலை, விலா எனக் கடம்பனின் குத்துகள் அவன் தடுக்கும் இடத்திற்கு மாறாக வேறிடத்தில் விழுந்துகொண்டே இருந்தன. சாம்பியனின் பயிற்சியாளன் “வளையத்தோட மூலைக்குப் போ... வேகமாப் போ... முகத்த மூடிட்டு போ...” எனக் கத்தினான். கண் இமைக்கும் நொடியில் சாம்பியனின் தலை, மூக்கு, நெற்றி, கண் கிழிந்து இரத்தம் மேடை முழுக்கச் சிதறியது. “இன்னும் பத்து நொடியில் முதல் சுற்று முடிந்துவிடும், தாக்குப்பிடி தாக்குப்பிடி...” எனச் சாம்பியனின் பயிற்சியாளன் கத்தினான். பிரெஞ்சுக்காரன் “முடித்துவிடு... முடித்துவிடு...” எனக் கத்தினான். சண்டையின் உச்சக்கட்டத்தில் அரங்கம் நிசப்தமாக உறைந்து கிடந்தது. கடம்பனின் தாக்கும் வேகம் இரண்டு மடங்காக அதிகரித்தது. மணியை அடிக்கச் சுத்தியலை தூக்கிவிட்டுக் கடிகாரத்தைப் பார்த்தார் மூன்றாவது நடுவர். இன்னும் ஐந்து நொடிகள். பிரெஞ்சுக்காரன் கத்த கடம்பனின் வலதுகை குத்து நேராகச் சாம்பியனின் தடுப்பை தகர்த்துக் கொண்டு அவன் கீழ்த்தாடையை உடைத்தது. அதே வேகத்தில் இடது கையால் அவன் வலதுபுற தாடையில் விழுந்த மற்றொரு குத்துச் சாம்பியனை மேடையில் சரியச் செய்தது.

முதல் சுற்றுக்கான மணியும் அடிக்கப்பட்டது. சாம்பியனின் உடைந்த வாயிலிருந்து இரத்தம் நிற்காமல் நீரூற்றைப் போல் வெளிவந்து கொண்டிருந்தது. அவனின் உடலில் எந்த அசைவும் தெரியவில்லை. முதலுதவிக் குழு சாம்பியனை வாரிபோட்டுக்கொண்டு ஓடியது.

உறைந்திருந்த கூட்டமும் மெதுவாக எழுந்து கைகளைத் தட்டியது. ஆளுநர் பிரெஞ்சுக்காரன் அருகில் வந்து அவன் பெயர் என்ன என மீண்டும் கேட்டார். பிரெஞ்சுக்காரன் அவன் அண்ணனைத் திரும்பிப்பார்த்தான். அவன் அண்ணன் வெட்கத்தால் கூசிப்போய் நின்றான். பிரெஞ்சுக்காரன் அவன் வேலையாட்களை அழைத்து கடம்பனைத் தூக்கி அவர்கள் தோளில் வைத்து வளையத்தைச் சுற்றி வரச் சொன்னான். அவனும் வளையத்திற்குள் ஏறி "கடம்பன் ஒரு வீழ்த்தவே முடியாத வீரன். இனி க்றைஸ்ட் (Christ) என அழைக்கப்படுவான். க்றைஸ்ட் பிரெஞ்சுநாட்டின் சொத்து. நம் நாட்டிற்காக உலகக் குத்துச்சண்டைப் போட்டியில் கலந்து கொள்வான். பிரெஞ்சு நாட்டைத் தூக்கி நிறுத்துவான்." கூட்டம் கைதட்டி கூச்சலிட்டு ஆர்ப்பரித்தது. பிரெஞ்சுக்காரன் "க்றைஸ்ட், க்றைஸ்ட்" என முழங்கினான். கூட்டமும் அதை மந்திரம் போல மீண்டும் மீண்டும் சொல்லிக்கொண்டே இருந்தது.

3

அடுத்த நாள் காலை ஒரு பிரெஞ்சு வணிகக்குழு பிரெஞ்சுக்காரனை பார்க்க வந்தது. கடம்பனைப் பற்றி அவனிடம் விசாரித்தது. பிரெஞ்சு வணிகர்கள் குழு சார்பாக பிரிட்டன் குழுவுக்கு எதிராக கடம்பனை பந்தயத்தில் இறக்கலாம் என்றது. அவர்கள் பேசிக்கொண்டிருக்கும்போதே கடம்பனும் அங்கே வந்து மருத்துவர்கள் வந்திருக்கிறார்கள் என்றான். "உனக்கு என்ன அவசரம். முதல இங்க வந்து உக்காரு" என்றான் பிரெஞ்சுக்காரன். கடம்பனை அவர்களிடம் காட்டி "இவன் அடிமையோ, உணர்வற்ற சண்டையிடும் எந்திரமோ அல்ல. எஜமானுக்குக் கட்டுப்பட்டு கூண்டில் அடைபட்டிருக்கும் விலங்குமல்ல. கடம்பன் பிரெஞ்சு நாட்டிற்காக அதன் உயர்வுக்காக மட்டுமே சண்டையிடுவான். நன்றாகப் புரிந்து கொள்ளுங்கள், நானும் ஒரு சக வணிகன் என்ற முறையில் இந்த முறை மரியாதையாகச் சொல்கிறேன்" என்றான். "ஒரு பந்தயம் அவன் வாழ்க்கை முடியும் வரையிலான செல்வத்தை அவனுக்குக் கொடுத்துவிடும். யோசித்துப் பேசுங்கள்." பிரெஞ்சுக்காரன் அவன் இருக்கையிலிருந்து எழுந்து "நீங்கள் செல்லலாம்" என்றான்.

பிரெஞ்சுக்காரனும் கடம்பனும் மாளிகையின் பின்பக்க தோட்டத்தில் மௌனமாக நடந்துகொண்டிருந்தார்கள். குளத்தில் சுற்றிக்கொண்டிருந்த வாத்துகளுக்கு பிரெஞ்சுக்காரன் விதைகளைத் தூவினான்.

"நீ பிரபலமாகிட்ட, இனி தா கவனமா இருக்கனும்."

"ஏன்... எனக்குப் புரியல. என்ன சொல்லுறீங்க."

"அந்தக் குளத்துல சுத்துற வாத்த பாரு, அதோட முதலாளி அதுக்கு நல்ல ஊட்டம் கொடுப்பான், பாதுகாப்பா வளப்பான். அது செய்யு குறும்ப, நீர்ல விளையாடும் அழக பாத்து ரசிப்பான். ஆனா கடைசில அவன் இச்சைக்கு அது இரையாகிடும். நீ முதலாளிகளால வளக்கப்படும் வாத்தில்ல புரியுதா."

பிரெஞ்சுக்காரன் கையிலிருக்கும் விதைகளை மீண்டும் குளத்தில் எறிந்தான். அதைக் கொத்தி எடுக்க வாத்துகள் முண்டியடித்துக்கொண்டு சென்றன.

மருத்துவர்கள் பிரெஞ்சுக்காரனை சோதித்துவிட்டு காச நோயின் அறிகுறிகள் போல் உள்ளது என்றனர். சில மருந்துகளைக் கொடுத்தனர். பிரெஞ்சுக்காரன் யாரிடமும் சொல்ல வேண்டாம் என்றான்.

கோடை சூரியன் பச்சை வயலை மஞ்சள் வண்ணமாகக் காட்சிப்படுத்தியது. கடம்பன் வயலில் குதிரைகளை மேய்த்துக்கொண்டிருந்தான். அமிலியின் குரல் கேட்டுத் திரும்பினான். கடம்பனை மதியம் சாப்பிட அழைத்தாள். "கரடி என்ன சாப்பிடும் என எப்படித் தெரியும்" என்றான். அமிலியின் வெள்ளை நிற உடை புற்களை வருடிக்கொண்டே வர, அவள் எந்த இடைவெளியும் இல்லாமல் கடம்பன் அருகில் வந்து நின்றாள். அவன் கண்களை நேராகப் பார்த்து இப்போது என் கண்ணுக்கு கரடி தெரியவில்லையே எனச் சொல்லிவிட்டு சட்டென ஓட ஆரம்பித்தாள். கடம்பன் அமிலியிடம் பின் என்ன தெரிகிறது எனக் கேட்டான். அவள், இரவு கோபுரத்திற்கு வந்தால் சொல்கிறேன் எனக் கத்திக்கொண்டே ஓடினாள்.

அன்று மதியம் மீனும் மாட்டிறைச்சியும் ரொட்டிகளும் இனிப்புகளும் சமைத்திருந்தார்கள். ஊழியர்கள் கடம்பனுக்கு பரிமாறும் விதம் முற்றாக மாறி இருந்தது. மென்மையாகவும் பக்குவமாகவும் பரிமாறினார்கள். பிரெஞ்சுக்காரனும், அமிலி, சிறுவர்கள் மட்டுமே கடம்பனுடன் உணவு உண்டார்கள். குடும்பத்தின் பெரியவர்கள் கடம்பனை நேராகப் பார்ப்பதைத் தவிர்த்தனர்.

பிரெஞ்சுக்காரன் கடம்பனிடம் "நீ அடுத்த வாரம் முதல் ஐரோப்பியாவின் மற்ற பகுதிகளுக்கு பயணித்து வா, அதற்கான ஏற்பாடுகளைச் செய்து விடுகிறேன்" என்றான்.

"நீங்கள் வரவில்லையா? நான் மட்டும் எவ்வாறு செல்வது?"

பிரெஞ்சுக்காரன் "இனி என் உடல் பயணத்தைத் தாங்காது, நான் ஓய்வெடுக்கும் காலம் வந்துவிட்டது" என்றான்.

அமிலி மாளிகையின் கோபுர உச்சியில் கடம்பனுக்காகக் காத்துக்கொண்டிருந்தாள். ஆனால் இரவு வெகு நேரமாகியும் அவன் வரும் சுவடே தெரியவில்லை. காற்றின் வேகம் அதிகமாக இருந்தது. அது தோட்டத்தில் பூத்த இரவு மலர்களின் வாசத்தை வாரிக்கொண்டு வந்து அவள் மேல் இறைத்தது. கூடடைந்த பறவைகள் அருகிலிருந்த காட்டில் பேசிக்கொண்டிருந்தன. அவள் ஏமாற்றத்தில் புறப்பட இறங்கினாள்.

"காத்திருப்பதாகச் சொல்லிவிட்டு, இப்போது செல்கிறாயே. ஏமாற்றுக்காரி நீ..."

கடம்பனின் குரல் கேட்ட அமிலியின் விழிகள் தாமரை இதழ்கள் போல விரிந்தன. அவன் அருகே வர நாணத்தால் அவள் கன்னம் சிவந்தது.

"யாரும் போகல. சும்மா உலாத்த இறங்குனேன்."

"கரடியால பொய் சொல்லும் போது கண்டுபிடிச்சிட முடியும்."

இதைக் கேட்ட அமிலி சிரித்துவிட்டாள்.

நிலவொளியில் அவள் முகம் ஒளிர்ந்தது. கடம்பன் அவள் அருகில் செல்லச் செல்ல பாலில் படரும் ஆடை போல் வெட்கம் அவள் முகத்தில் படர்ந்துகொண்டே இருந்தது. கடம்பனின் கை நடுங்குவதை அவள் கண்டு கொண்டாள். பெரிய வீரன் என எல்லோரும் பொய் உரைத்து விட்டார்கள் எனச் சிரித்தாள். மேலும் அவளைப் பேச விடாமல் அவள் இதழில் முத்தமிட்டான். கடம்பனுக்கு அவள் உதட்டை இயக்கத் தெரியவில்லை. பதட்டத்தில் கடித்துவிட்டான். அமிலி கலகலவெனச் சிரித்துவிட்டாள். "கரடி என்பது சரியாகதான் உள்ளது. தெண்டம். நாளைக்கும் வா" எனக் கூறிவிட்டு ஓடிவிட்டாள்.

சுடும் நீரில் எலுமிச்சை சாற்றை பிழிந்து கொண்டிருந்தான் கடம்பன். கழிவறையிலிருந்து வெளிவந்த பிரெஞ்சுக்காரன் "இதெல்லாம் நானே செஞ்சிக்க மாட்டேனா" என்றான். "பரவால்ல விடுங்க நா பாத்துக்குறேன்" என்றான் கடம்பன்.

பிரெஞ்சுக்காரன் அவன் வாசிக்கும் புத்தகத்தை கையில் எடுத்துக்கொண்டு இருக்கையில் அமர்ந்தான். அவன் எடை குறைந்து சோர்வாகக் காணப்பட்டான். முகம் மஞ்சளாகத் தென்பட்டது. கடம்பன் கொடுத்த சாறை வாங்கினான்.

"நான் ஒன்னு உங்ககிட்ட கேக்கனும்."

"சொல்லு."

"அமிலிய எனக்குப் பிடிச்சிருக்கு. எனக்கு கட்டித்தாங்க."

"தவறில்லை, ஆனால் உன் தோல் வெள்ளையாக இருந்தால் இலகுவாக முடிந்திருக்கும்" என்றான் பிரெஞ்சுக்காரன். "சரி நீ உன் ஐரோப்பியப் பயணத்தை முடித்துவிட்டு வா. நாம் இதைப் பற்றிப் பேசுவோம். இதுவும் ஒரு குத்துச்சண்டை போல தான் இருக்கப் போகிறது. இருந்தாலும் உனக்காக நான் சண்டை செய்கிறேன்."

கடம்பன் இரண்டு உதவியாளர்களுடன் பயணத்திற்கு ஆயத்தமானான். கடம்பன் விடுதலையானவன் மற்றும் பிரெஞ்சு நாட்டின் பிரதிநிதி; யாருக்கும் அடிமையோ திருடனோ இல்லை எனும் குறிப்பில் பிரெஞ்சு அரசு முத்திரையிட்ட காகிதத்தை

கடம்பனிடம் கொடுத்தான். "பயணத்தில் இது உனக்குத் தேவைப்படலாம். பாதுகாப்பாக சென்று வா" என்றான் பிரெஞ்சுக்காரன்.

ஐந்து மாதம் கடந்தது. கடம்பன் பின்லாந்திலிருந்தான். பிரெஞ்சு மாளிகையிலிருந்து அவசரத் தந்தி ஒன்று அவனுக்கு வந்தது. பயணத்தை முடித்துக்கொண்டு வரும்படியும், பிரெஞ்சுக்காரன் எதிர்பாராமல் நம்மைவிட்டுப் பிரிந்துவிட்டதாகவும் தகவல் இருந்தது.

பால்டிக் கடல் வழியாக ஜெர்மனியை அடைந்து அங்கிருந்து தொடரி மூலம் பிரெஞ்சை அடைந்தான் கடம்பன். அவனுக்கிருந்த பெரிய துணை இப்போதில்லை. பசியில் வாடிய நாட்களில்கூட இந்த அளவு வெறுமையை அவன் உணர்ந்ததில்லை. கடம்பன் விலங்கிலிருந்து மேம்பட்டவன் என பிரெஞ்சுக்காரனே அவனுக்கு உணர்த்தினான். இரண்டு மூன்று நாட்கள் தனியாக மாளிகையில் சுற்றிக்கொண்டிருந்தான். அமிலியும் கோபுரத்துக்கு வருவதில்லை. பிரெஞ்சுக்காரனின் உதவியாளன் ஒருவன் கடம்பனிடம் பிரெஞ்சுக்காரன் கொடுக்கச் சொன்னதாக ஒரு கடிதத்தைக் கொடுத்தான்.

அன்புள்ள கடம்பா,

ஒருவேளை நீ திரும்பும் நாட்களில் நான் உயிரோடில்லாமல் இருக்கலாம். அதைப் பற்றி நீ ஒன்றும் சிந்திக்காதே. அது இயற்கை தான். என் உடல் நலம் வேகமாக சரிந்து வருகிறது, அதைப் பற்றி உனக்கு எழுத விரும்பவில்லை. இதை மட்டும் நினைவில் கொள். விடுதலையானவன் மட்டுமே இந்த பூமிக்காற்றின் வாசத்தை நுகர முடியும். மற்றவர்களுக்கு அது வெறும் இயங்கு பொருள் மட்டுமே. உன் பலத்தால் மட்டுமே நீ உயர்ந்தாய். பலம் கொண்டவன் மட்டுமே இங்கு வாழத் தகுதியானவன்.

அன்புடன்

அலெக்சாண்ரே பெர்கர்.

அந்த வார இறுதியில் பிரெஞ்சுக்காரன் நினைவேந்தல் நிகழ்ச்சி நடைபெற்றது. ஐரோப்பியாவின் முக்கியப் பிரமுகர்கள் வந்து பிரெஞ்சுக்காரனுடனான அவர்களின் நினைவுகளைப் பகிர்ந்துகொண்டனர். இரவு விருந்தை முடித்துவிட்டுக் கூட்டம் கலைந்தது. கடம்பன் தனித்து விடப்பட்டான்.

அடுத்த நாள் காலை கடம்பன் அமிலியின் தந்தையைப் பார்க்கச் சென்றான். அமிலியைத் தனக்குக் கட்டிக்கொடுக்கும்படி கேட்டான். அமிலியின் தந்தை சீறிக்கொண்டு வந்தான். 'இந்த வார்த்தைகள் உன் வாயிலிருந்து வந்த உடனேயே தோட்டாக்கள் கொண்டு உன் மார்பைத் துளைத்திருக்க வேண்டும். யார் கொடுத்த துணிவு இது' என்று அவன் கத்தியதில் குடும்பத்தினர் அனைவரும் கூடி விட்டனர். கடம்பனால் பதில் எதுவும் பேச முடியவில்லை.

"உனக்கான அடையாளமென்ன? உன் நிறம் என்ன? உனக்கென்று ஏதும் செல்வம் உள்ளதா? நீ யார்? உன் உடம்பில் பிரெஞ்சு உடையும் உன் நாவில் பிரெஞ்சும் வந்தால் மட்டும் நீ பிரெஞ்சுக்காரனாகி விடமாட்டாய். விருந்தினனாய் வந்து விட்டதால் உன்னை விட்டு விடுகிறேன். சென்று விடு" எனக் கத்திவிட்டு நகர்ந்து விட்டான்.

அமிலி மாடிப் படியிலிருந்து கடம்பனைப் பார்த்துக் கொண்டிருந்தாள். அன்று மதியம் அமிலி கடம்பனின் அறைக்குச் சென்றாள். "நீங்கள் சென்று விடுங்கள். நான் இன்னும் இரண்டு வருடத்தில் பதினெட்டு வயதைக் கடந்து விடுவேன், பின் உங்களைத் தேடி வருவேன்" என வாக்களித்தாள். "நான் உன்னை நேசிக்கிறேன்" என்று கடம்பன் சொன்னான். "எனக்குத் தெரியும். காத்திருங்கள் நான் உங்களுக்குக் கடிதம் எழுதுகிறேன். எனக்கான நேரம் வந்தவுடன் நான் வருவேன்" என்றாள் அமிலி.

இரண்டு நாட்கள் கழித்து பிரெஞ்சுக்காரன் கல்லறையில் அல்லிப் பூக்களை வைத்துவிட்டு இந்தியாவுக்குக் கப்பல் ஏறினான் கடம்பன். சட்டென பிரெஞ்சு நாடும் பிரெஞ்சு மக்களும் அவனுக்கு அந்நியமாகப் பட்டனர்.

பாண்டிச்சேரியை அடைந்து, நேராக பிரெஞ்சு மாளிகைக்குச் சென்றான். அங்கு ஆளுநர்களும் நிர்வாகமும் மாறி இருந்தது.

கடம்பனுக்கு மெதுவாகவே புரிந்தது, அவனின் அடையாளம் மறைந்துவிட்டது என.

மீண்டும் அவனின் சேரி அவனை வரவேற்றது. அவனின் குடிசை அவனுக்கு விநோதமாகப்பட்டது. அவனின் அப்பாவும் அம்மாவும் மட்டுமே இருந்தனர். அவன் அண்ணன் அவர்களின் சொந்த ஊருக்கே சென்றிருந்தான். கொசுக்கடிகளும் சாக்கடை நாற்றமும் அவனை மீண்டும் வந்து அண்டிக்கொண்டது. உப்பு போட்ட பழைய கஞ்சியும் காஞ்ச மிளகாவும் அவன் நாவைத் தீண்டின. அவன் உடையில் அழுக்குகளை மீண்டும் கண்டான்.

இரண்டு நாட்கள் கழித்து அமிலிக்கு கடிதம் எழுதினான். ஒரு மாதம் கடந்தும் எந்த பதிலும் வரவில்லை. நாட்கள் நகர்ந்தன.

பிரெஞ்சுக் குழுவிடமிருந்து அவனுக்கு ஒரு அழைப்பு வந்தது. பந்தயத்தில் கலந்துகொள்ளக் கேட்டிருந்தனர். கடம்பனால் வறுமையை மீண்டும் ஏற்க முடியவில்லை. பந்தய சண்டையில் கலந்துகொள்ள முடிவெடுத்தான். க்றைஸ்ட் என்ற பெயரில் களமிறங்கினான்.

தொடர்ந்து அமிலிக்கு இரண்டு முறை கடிதம் எழுதினான். ஆனால் அவனுக்கு எந்த பதிலும் வரவில்லை. எப்படியும் அவள் சொன்னபடி வருவாள் என நம்பி இருந்தான்.

முதலில் சிறிய வட்டத்திலான பந்தயங்களில் கலந்து கொண்டான். சண்டைகளை வேகமாக முடித்து விடுவான். அவனுக்கான பந்தயங்கள் அதிகமாகிக்கொண்டே சென்றது.

ஆறு மாதங்கள் கழித்து பாண்டிச்சேரி தூதரகத்திற்கு பிரெஞ்சுக்காரன் மாளிகையிலிருந்து ஒருவன் வந்திருந்தான். தற்செயலாக அன்று கடம்பன் கலந்துகொண்ட சண்டைக்கு வந்தான். கடம்பனைப் பார்த்த மகிழ்ச்சியில் சண்டை முடிந்தவுடன் அவனிடம் சென்று அறிமுகப்படுத்திக் கொண்டான். கடம்பன் வியந்துபோய் மகிழ்ச்சி அடைந்தான். நேராக அமிலியைப் பற்றிக் கேட்டான். ‘உனக்குத் தெரிய வாய்ப்பில்லை, அமிலிக்கு நான்கு மாதம் முன்னரே திருமணம் முடிந்து விட்டது. அரச குடும்பத்துப் பையன் தான் அவளைக் கட்டிக்கொண்டான். அவள் மகிழ்ச்சியாகவே இருக்கிறாள்’

என்றான். கடம்பன் எந்த உணர்வையும் வெளிப்படுத்தவில்லை. அமைதியாக அவனிடம் விடைபெற்றுக்கொண்டான். நேரம் செல்லச் செல்ல அவன் இதயம் கனக்கத்தொடங்கியது. அமிலியின் நினைவு அவனை வாட்டியது. விரக்தியாலும் இயலாமையாலும் கால் செல்லும் திசையில் ஓடினான். அவளை மறக்க முழு நேர சண்டையில் ஈடுபடத் தொடங்கினான். தினமும் இரவுநேர சண்டையில் க்றைஸ்ட் களமிறங்கினான். அவன் தாக்குதல்கள் இரக்கமின்றி கொடூரமாக இருந்தது. பெரிய வட்டத்திலான சண்டைகளுக்கு ஒப்பந்தமிட்டான். பெரிய அளவில் செல்வத்தை ஈட்ட வேண்டுமென்ற வெறி அவனுக்குள் மூண்டது. அவனை எதிர்க்கும் வீரர்களுக்கு கிலி பரவியது. மரத்தை வெட்டிச் சாய்க்கும் கோடாரி போல் எதிரிகளை சாய்த்து வீழ்த்தினான். யாரும் கடம்பனிடம் மோத முன் வரவில்லை. கடம்பனின் மதிப்பும் ஏறிக்கொண்டே சென்றது. சண்டை வட்டத்திலும் முதலாளிகள் வட்டத்திலும் க்றைஸ்ட் என்ற பெயர் பிரபலமானது. நாட்கள் செல்ல கடம்பன் அமிலியை மறந்திருந்தான்.

4

நான்கு வருடங்கள் கடந்தது. கல்கத்தா மாகாணத்தில் கடம்பன் சண்டையிட ஆயத்தமாகிக் கொண்டிருந்தான். சண்டையைக் காண ஒரு மணி நேரம் முன்னரே அரங்கத்தில் மக்கள் கூடி இருந்தனர். உள் பந்தயங்கள் தொடங்கின. வங்காளத்தின் முக்கியத் தோல் மற்றும் ஜவுளி ஏற்றுமதி வணிகர் ரவீந்திர சௌதிரியும் அவர் மகள் சுகந்தியும் சண்டையைக் காண வந்திருந்தனர்.

“நீ பந்தயம் கட்டலையா பா?”

“நமக்கு எதுக்கு மா. சும்மா பாத்துட்டு போலாம்.”

“சரி அப்போ நா கட்றேன். யார் மேல கட்டலாம்?”

“க்றைஸ்ட்னு ஒருத்தன் தான் ஜெயிப்பான்னு எல்லாம் சொல்றாங்க. அவன் மேலயே கட்டு.”

“நீ சொல்லிட்டல நா அப்போ கட்ட மாட்டேன். அவன் தோத்துடுவான். நா சீனாக்காரன் மேல கட்றேன்.”

இருவரும் வங்கத்தில் பேசிக்கொண்டிருக்கையில் அறிவிப்பாளன் க்றைஸ்ட் பெயரை அழைத்தான். சீன வீரனும் பின் வர நடுவர் அவர்களுக்கு விதிமுறைகளைக் கூறிக்கொண்டிருந்தார். சுகந்தி க்றைஸ்ட்டைப் பார்த்துக்கொண்டே சென்றாள்.

சீனவீரன் மேல் பந்தயப் பணத்தைக் கட்டினாள். சண்டை தொடங்குவதற்கான மணி அடிக்கப்பட்டது.

சுகந்தியின் அப்பா குதிரை வண்டியில் செல்லும்போது சிரித்துக்கொண்டே, "அதான் அப்பா பேச்ச கேக்கனும்னு சொல்றது" என்று சுகந்தியை சீண்டினார். எல்லோரும் நினைத்தது போல் கடம்பன் சண்டையில் வெற்றி பெற்றிருந்தான்.

"ப்பா... சும்மா சிரிக்காத வெறுப்பா இருக்கு. அந்த சீனாக்காரன் பாக்க தான் குண்டா இருக்கான். புன்னாக்கு மாதிரி அடி வாங்கறான். நானே சண்ட கத்துக்கப் போறேன்."

"எதுக்கு? கௌம்பு மெட்ராஸுக்கு. ஸ்கூலந்து கடுதாசி வந்தாச்சு. இந்த வருஷம் போய்ட்டு ஒழுங்கா ஸ்கூல முடி. நடுவுல வரைய போற, டான்ஸ் கத்துக்க போறன்னு மூனு வருஷத்த அப்படியே ஓட்டிட்ட."

"கௌம்புவோம் கௌம்புவோம். அப்பறம் என்ன இங்கயே உக்காந்துட்டு இருப்பாங்களா."

கடம்பன் மெரினா கடற்கரையை ஒட்டிய பகுதியில் இரண்டு ஏக்கர் நிலத்தில் பிரமாண்டமான மாளிகையைக் கட்டியிருந்தான். பிரெஞ்சு முதலாளிகளின் ஆஸ்த்தான சண்டையாளனாக விளங்கினான். அவனை சண்டைக்கு ஒப்பந்திக்க பல ஆயிரங்களை அவன் காலில் முதலாளிகள் கொட்டினர். கடந்த இரண்டு வருடங்களாக பிரிட்டனின் "லாஃபிங் ஜீசஸை" (Laughing Jesus) எதிர்த்து கடம்பனை பிரெஞ்சின் "பிக் டாக் பைட்" (Big Dog Bite) இறக்கியது. ஆரம்பத்தில் கடம்பனை ஒப்பந்திக்க இரண்டு குழுவிற்குள்ளும் பெரிய போட்டியே நிகழ்ந்தது. கடைசியாக கடம்பனுக்கு ஒரு சண்டைக்கு பத்து மில்லியன் பவுண்டு கொடுக்க பிரெஞ்சுக் குழு முன் வந்தது. அவர்களுக்குப் பணத்தைக் காட்டிலும் அவர்களின் அகங்காரமே பெரிதாக இருந்தது. கடம்பனால் பிரெஞ்சுக் கொடி ஐரோப்பிய வணிக வளாகத்தில் ஏற்றப்பட்டது.

பெண்கள் விடுதியிலிருந்து பக்கத்து சுற்றுச் சுவரைத் தாண்டி அவர்கள் அடித்த கிரிக்கெட் பந்து பறந்து சென்று விழுந்தது. சுகந்தி வேகமாக சுவர் ஏறிக் குதித்து அதை எடுக்கச் சென்றாள். பந்தைத் தேடி உள்ளே சென்றவளை இரண்டு வேட்டை நாய்கள் பின்புறமாகச் சூழ்ந்துகொண்டு குரைக்கத் தொடங்கின. இதை எதிர்பார்க்காத சுகந்தி அலறிவிட்டாள். நாய்களை கடம்பனின் குரல் அதட்டியது. கடம்பன் சுகந்தி அருகே வந்து நாய்களை விரட்டி விட்டான்.

“யார் நீ இங்க எப்படி வந்த?”

சுகந்தி கடம்பனைப் பார்த்தவுடன் க்றைஸ்ட் எனக் கண்டு கொண்டாள். பக்கத்துக் கல்லூரி விடுதியில் தங்கி இருப்பதாகவும் அவர்கள் விளையாடிய பந்து இங்கு விழுந்து விட்டதால் வந்ததாகவும் ஆங்கிலத்தில் சொன்னாள். பந்து ஒன்றும் கிடையாது என்று வெளியே போகும்படி கடம்பன் சொன்னான். “உங்களால் எனக்கு ஏற்கனவே நஷ்டம் ஆகி விட்டது. பந்தையும் இழக்க முடியாது” என்றாள். கடம்பன் புரியாமல் “என்ன” என்றான். சுகந்தி சிரித்துக்கொண்டே “சும்மா நன்றி” எனக் கூறிவிட்டு சென்று விட்டாள்.

சுகந்தி மெட்ராஸ் மாகாணத்தில் அவள் இறுதியாண்டு பள்ளிப்படிப்பைப் படித்துக்கொண்டிருந்தாள். அவளுடைய அம்மா ‘பெண்களுக்கு எதுக்கு படிப்பு, அவளுக்கு வயசாயிடுச்சு கட்டிக்கொடுக்கனும், புருஷனையும் புள்ளையையும் ஒழுங்கா பாத்துக்குட்டா போதும், இப்போ படிச்சு என்னத்த கழட்டப்போறா’ என சுகந்தியின் படிப்பிற்கு தடையாக நின்றாள். கல்கத்தாவில் சிறு வயதில் சுகந்தி படிக்கும் பள்ளிக்குச் சென்று அவளை வகுப்பிலிருந்து பாதியிலேயே அடித்து அழைத்து வருவதும் கலாட்டா செய்வதுமாக இருந்தாள். சுகந்தியை அவள் தந்தை படிக்க ஊக்கப்படுத்தினார். கல்கத்தாவில் இருந்தால் அவள் அம்மா படிக்க விடமாட்டாள் என எண்ணி மெட்ராஸ் மாகாணத்திற்கு சுகந்தியை அனுப்பினார்.

‘அவ வெள்ளக்காரங்க பொண்ணுங்க போல படிக்கனும். அவள கல்லூரி படிப்புக்காக லண்டனுக்கு அனுப்ப போற. நீ வேணா உன்னோட புருஷன புள்ளைய பாத்துக்கோ, அவ படிக்கட்டும்’

என்பார். பொண்ணுதான் பிரிட்டனையே ஆளுது என்பார். சுகந்தி அவள் தந்தையுடனேயே அதிக நேரம் இருந்தாள். அவர் வழிகாட்டுதலின்படியே மெட்ராஸுக்கும் படிக்க வந்தாள்.

அடுத்த நாள் காலை கடற்கரைச் சாலையில் கடம்பன் அவன் நாயுடன் நடந்துகொண்டிருந்தான். அங்கு சுகந்தியும் அவள் தோழிகளுடன் கலங்கரை விளக்கத்தின் அருகில் கிரிக்கெட் விளையாடிக்கொண்டிருந்தாள். கடம்பனைப் பார்த்தவுடன் 'பந்து திருடன்' எனக் கத்தினாள். அவள் சொல்லியவுடன் அவள் தோழிகள் அனைவரும் சிரிக்கத் தொடங்கினர். கடம்பனுக்கும் தன்னைத்தான் சீண்டுகிறார்கள் எனப் புரிந்துவிட்டது. ஆனாலும் கண்டுகொள்ளாமல் நகர்ந்து விட்டான். மீண்டும் அவர்கள் விளையாடும் இடத்தைக் கடக்கும்போது 'பந்து திருடன் பந்து திருடன்' என்னும் குரலை தொடர்ந்து சிரிப்பொலியும் கேட்டது. கடம்பன் அவன் கையில் பிடித்திருந்த நாயை அவிழ்த்து கூட்டத்திற்குள் ஓடச் செய்தான். நாய் வருவதைக் கண்டவுடன் சுகந்தியும் அவள் தோழிகளும் சிதறி ஓடினார்கள். சுகந்தியை கடம்பன் பிடித்துக்கொண்டான். அவள் கையிலிருக்கும் பந்தைப் பிடுங்கிக்கொண்டு "என்ன" என்றான். "சும்மா ஒன்றுமில்லை" என்றாள் சுகந்தி. சுகந்தி கூறியதைக் கேட்டவுடன் கடம்பன் சிரித்துவிட்டு அவள் தலையில் தட்டியபடி அவன் நாயை அழைத்துக்கொண்டு சென்றான். சுகந்தி அவனிடம் பந்தைக் கேட்டாள். பந்து ஒன்றும் கிடையாது என்றான் கடம்பன்.

அந்த வருட மழைக்காலத்தில் காலரா தொற்று அதிகமாகப் பரவியது. சுகந்தி பிரிட்டன் தொண்டு நிறுவனத்துடன் சேர்ந்து மெரினாவை ஒட்டிய சேரிப் பகுதி மக்களுக்கு உதவிக் கொண்டிருந்தாள். அடிப்படை சுகாதார வசதி இல்லாமல் சேரிகளில் தொற்று வேகமாகப் பரவிக்கொண்டிருந்தது. நோய் கண்ட பெரும்பாலானோர் அடுத்த ஏழு நாட்களில் இறந்து கொண்டிருந்தனர். மழையும் தீவிரமாக இருந்தது. ஏழை மக்களை பிரிட்டன் அரசு கண்டுகொள்ளவில்லை. தொண்டு நிறுவனம் செல்வந்தர்களிடம் நிதி திரட்ட முடிவு செய்திருந்தது. அதன்படி மெட்ராஸ் மாகாணத்தில் பட்டியல் எடுக்கப்பட்டது. அதில் க்றைஸ்ட்டின் பெயரும் இருந்தது. க்றைஸ்ட் பெயரைப் பார்த்த சுகந்தி எனக்கு இவரைத் தெரியும், நான் ஏதாவது

நிதியை வாங்கி வருகிறேன் என்றாள். அன்று மாலை க்றைஸ்ட்டை காணச் சென்றாள்.

பிரெஞ்சுக் கட்டிட பாணியில் மாளிகை அமைந்திருந்தது. தோட்டங்களைக் கடந்து வேலையாட்கள் சுகந்தியை மாளிகைக்குள் அழைத்துச் சென்றனர். மாளிகையின் முகப்பு வாயிலின் இடது பக்கம் “சார் அலெக்சாண்டரே பெர்கர்” எனப் பொறிக்கப்பட்ட கழுத்துயர கல் சிலை வடிக்கப்பட்டிருந்தது. சுகந்தி கூடத்தில் உட்கார வைக்கப்பட்டாள். கடம்பனிடம் தகவல் சொல்வதாகச் சொன்னார்கள். கூடத்தில் கடம்பனின் சிறுவயதுப் புகைப்படங்கள், அவன் ஐரோப்பாவில் பிரெஞ்சுக்காரனுடனிருந்த படங்கள், அவன் வளையத்தில் சண்டையிடும் காட்சிகள் அலங்காரமாத்க தொங்க விடப்பட்டிருந்தன.

அரைமணி நேரம் கழித்து கடம்பன், “பயிற்சியிலிருந்தேன் மன்னிக்கவும்...” எனக் குரல் கொடுத்து கொண்டே உள்ளே வந்தான். கூடத்தில் சுகந்தியைப் பார்த்தவுடன் “நீயா? பந்து ஒன்றுமில்லை” என்றான். சுகந்தி தான் அதற்காக வரவில்லை என்றும் அவள் வந்த நோக்கத்தையும் கூறினாள். கடம்பன் தான் அதுபோல யாருக்கும் நிதி கொடுப்பதில்லை எனவும் நீ செல்லலாம் என்றும் சொன்னான். சுகந்தி இதை எதிர்பார்க்கவில்லை. துடுக்காக ஏன் என்று கேட்டாள். கடம்பன் என்னையே கேள்வி கேட்கிறாயா ஒழுங்காக வெளியே செல் என அதட்டிவிட்டான். சுகந்திக்கு அவமானமாகிவிட்டது. கடம்பன் இவ்வாறு நடந்து கொள்வான் என அவள் நினைக்கவில்லை. வெளியே வந்துவிட்டாள். சிறிது நேரம் கழித்து கடம்பன் அமைதியானான். பயிற்சிக் களைப்பில் உறங்கி விட்டான். இரவு எழுந்தவுடன் சுகந்தி ஞாபகமாக இருந்தது. அடுத்தநாள் காலை அந்தத் தொண்டு நிறுவனத்திற்குச் சென்றான். சுகந்தி வந்ததைப் பற்றிக் கூறி அவர்களிடம் ஐயாயிரம் ரூபாயைக் கொடுத்தான். ஐயாயிரம் மிகப்பெரிய உதவி என வியப்படைந்தனர். சுகந்திக்கு தகவல் சென்றது. அவள் மீண்டும் ஒரு தயக்கத்துடன் கடம்பனின் மாளிகைக்குச் சென்றாள். கடம்பன் பயிற்சியில் இருப்பதாக வேலையாட்கள் சொன்னார்கள்.

“எதுக்கு இந்த மழைல வரனும்.”

"நன்றி."

"ஓ... நீ தமிழ் பேசுவியா."

"என்னோட அம்மா தமிழ் தான். எங்க தாத்தாலான் தஞ்சாவூர் பக்கம் தான்."

"சரி பசிக்குது. வா சாப்டலாம்."

நேராக உணவறைக்குக் கூட்டிச் சென்றான். "கறி சாப்பிடுவாயா" என்றான்.

"சாப்பிட மாட்ட, இல்ல சாப்பிடுவேன்" எனச் சிரித்தாள்.

வேலையாட்கள் அவர்களுக்கு உணவைப் பரிமாறினார்கள். நான் பார்த்துக் கொள்கிறேன் என அவர்களை அனுப்பி விட்டான் கடம்பன். சுகந்தி சிரித்தபடி "என்ன இவ்வளவு சாப்புடுறீங்க" என்றாள்.

"ஆ அ... இது ஒரு வேள தான். நா ஒரு நாளைக்கு ஆறு முற சாப்பிடுவேன். ஆறு மணி நேரம் பயிற்சி பண்ணுவேன்."

சுகந்தி கடம்பன் சாப்பிடுவதை வியப்பாகப் பார்த்துக் கொண்டிருந்தாள். அவன் பெரிய மாட்டிறைச்சித் துண்டுகளை கேழ்வரகு அடையில் வைத்து அப்படியே சாப்பிட்டுக் கொண்டிருந்தான்.

"என்ன பாக்குற?"

சுகந்தி பதிலேதும் சொல்லவில்லை. கடம்பனைப் பார்த்து சிரித்துக்கொண்டே இருந்தாள்.

"சரி, வா வெளியே நடக்கலாம்" என்றான் கடம்பன். இருவரும் மெரினா கடற்கரையில் அலைகளுக்கு அருகே நடந்து கொண்டிருந்தார்கள். மணலில் மீன் வலைகள் விரிக்கப்பட்டிருந்தன. சிறிய படகுகள் கரை தட்டி நின்றிருந்தன. மீண்டும் மழை தூறத் தொடங்கியது. சுகந்தி அவள் குடையை விரித்தாள். கடலின் அலை வேகமாக மோதியது.

"நீ ஏன் கல்கத்தாவுலே படிக்காம இங்க வந்த?"

“அங்க இருந்தா எப்படி கறி சாப்பிட முடியும். இல்லனா ஒருத்தர் இவ்வளவு கறி சாப்புடுறத எப்படி பார்த்திருக்க முடியும்.”

அதைக் கேட்டு கடம்பன் சிரித்தான். “சரி தினமும் வா, தனியா சாப்பிட புடிக்கல” என்றான். “உங்க அம்மா எங்க” என்றாள். “அவுங்க வரல, ஊர்ல இருக்காங்க. அத விடு... என்னால என்ன நஷ்டப்பட்டனு சொல்லு. அன்னைக்கு சொன்னயே.”

“அதுவா நீங்க பந்த கொடுத்தா தான் சொல்லுவேன்” என்றாள். அவள் விடுதியின் அருகே சுகந்தியை விட்டான். மழையின் வீச்சு அதிகமானது. சுகந்தி குடையைக் கொடுத்தாள். “நாளைக்கு வாங்க வாறேன்” என்றாள்.

அடுத்த நாள் கடம்பன் அவளிடம் ஒரு மூட்டை நிறைய பந்துகளைக் கொடுத்து, “இப்போ சொல்லு” என்றான்.

“என்ன நீங்க உங்க வீட்ல விழற எல்லா பந்தையும் திருடி வச்சிப்பீங்களா?”

கடம்பனும் அருகிலிருந்த வேலையாட்களும் அதைக் கேட்டு சிரித்து விட்டார்கள்.

“உனக்கு வாய் ரொம்ப. சரி இப்போ சொல்லு.”

“வாங்க கடலுக்குப் போலாம்” என்றாள்.

“சரி வந்தாச்சு சொல்லு, ரொம்ப தொங்க விடாத.”

கல்கத்தாவிலேயே அவனை முதல் முறையாகப் பார்த்துவிட்டதாகவும் அவனுக்கு எதிராக பந்தயம் கட்டி நஷ்டமாகிவிட்டதையும் சொன்னாள். “ஓ அப்ப நீ எப்போவும் நஷ்டப்பட வேண்டியதுதான் பொண்ணு.” சுகந்தி “இனி நீங்க கலந்துக்கும் எல்லா சண்டைக்கும் வந்து உங்களுக்கு எதிரா பந்தயம் கட்டப் போறேன்” என்றாள். “சரி அப்போ கம்மியாவே கட்டு நஷ்டமாவது குறையும்” எனக் கடம்பன் அவளைச் சீண்டினான். சுகந்தி “உங்களை வீழ்த்தும் ஒரு வீரனை நான் சீக்கிரம் கண்டு பிடிப்பேன்” எனச் சொல்லி அவன் வயிற்றில் வேகமாகக் குத்திவிட்டு நடந்தாள்.

"சரி கண்டு பிடி. நாளைக்கும் வா" என்றான் கடம்பன்.

நாட்கள் நகர்ந்தன. கடம்பனும் சுகந்தியும் சந்திப்பது வழக்கமானது. கடம்பனின் நினைவுகளை சுகந்தி மெதுவாக எடுத்துக்கொள்ள தொடங்கினாள்.

சில நாட்கள் கழித்து ஒருநாள் காலையில் சுகந்தி கடற்கரை சாலையில் அவள் மிதிவண்டியில் உலாத்திக்கொண்டிருந்தாள். கடலிலிருந்து மீன் பிடிப் படகுகள் திரும்பிக் கொண்டிருந்தன. நிறைய மாட்டு வண்டிகளில் தானிய மூட்டைகள் பெரும் காவலர்கள் மேற்பார்வையில் மெரினா துறைமுகத்திற்குச் சென்று கொண்டிருந்தன. அவள் கடம்பனின் வருகைக்காகக் காத்திருந்தாள். கடம்பன் மிதிவண்டியில் வந்தான். சுகந்தி முகத்தில் வியர்வைத் துளிகள் முத்துக்கள் போல் மின்னின. அது ஒருவிதக் கவர்ச்சியை அவளுக்குக் கொடுத்தது. கடம்பனைப் பார்த்தவுடன் அவளின் மை வைத்த பெரிய கண்கள் விரிந்தன. ஊதா நிறக் குட்டைப்பாவாடையில் மிதிவண்டியை விட்டுக் கீழே இறங்கி, "நீங்கள் எப்போதும் தாமதம் தான்" என்றாள். கடம்பன் நேராக அவள் அருகில் வந்து, "எனக்கு உன்ன புடிச்சிருக்கு, என்ன கட்டிக்கிறியா" என்றான். அதை அவள் எதிர்பார்க்கவில்லை. அவள் மிதிவண்டியில் ஏறினாள்.

"என்ன சொல்லு?"

"என்ன சைக்கிள் பந்தயத்துல தோக்கடிச்சா சொல்றேன்."

நேப்பியர் பாலம் வரை போலாம் என மிதிவண்டியில் வேகமாகப் புறப்பட்டாள். கடம்பன் அவள் பின்னாலேயே சென்றான். காற்று மரங்கள் உதிர்த்த பூக்களை அவர்கள் மேல் வாரி வீசியது. கடம்பன் அவளை முந்தவில்லை. அவள் நேப்பியர் பாலத்தின் இரும்புத் தூண்களையும் அதன் நடை பாதையையும் கடந்து கூவம் நதிக்கரைக்குச் சென்று அங்கு வண்டியைப் பூட்டினாள்.

"ஏ என்ன எதுவும் சொல்லாமப் போற."

"சொல்லுவோம் சொல்லுவோம். இன்னும் எந்த சமாச்சாரமே முடியல அதுக்குள்ள கட்டிக்கிறியானு கேக்குறீங்க. யோசிப்போம் யோசிப்போம்."

அவள் சரக்கு ஏற்றிக் கொண்டிருக்கும் படகருகே சென்றாள்.

“அண்ணா என்ன சிந்தாதிரிப்பேட்டைல விட்டுட முடியுமா” என்றாள். படகு கிளம்பியது. சுகந்தி கடம்பனைப் பார்த்து சிரித்துக் கொண்டே சென்றாள்.

அடுத்த நாள் சுகந்தியைப் பார்க்க கடம்பன் வரவில்லை. இரண்டு நாள் கழித்து அவள் அவன் மாளிகைக்குச் சென்று பார்த்தாள். கடம்பன் டெல்லி சென்றுள்ளதாகச் சொன்னார்கள். கடம்பன் டெல்லியில் அடுத்த வருட சண்டைக்கான ஒப்பந்தத்தில் கையெழுத்திட்டான். லண்டனில் சண்டையென முடிவானது. இந்த முறை பிரெஞ்சுக் குழு கடம்பனைத் தக்க வைக்க அவனுக்கு இரட்டிப்பாக பந்தயப் பணத்தைக் கொடுக்க முன்வந்தது. இரண்டு வாரம் கழித்து மெட்ராஸ் வந்தான். மூன்று முறை சுகந்தி அவனைத் தேடி வந்ததாக ஊழியர்கள் சொன்னார்கள். சுகந்தியைப் பார்க்க அன்று மாலை அவள் விடுதிக்குச் சென்றான்.

“இங்கலான் உங்கள விட மாட்டாங்க.”

“என்ன யாரும் தடுக்க முடியாது. சரி வா.”

“எதுக்கு சொல்லாம போனீங்க?”

சிறிது நேரம் இருவரும் எதுவும் பேசிக்கொள்ளாமல் நடந்தார்கள். “நீங்க இல்லாத நாள்ல நீங்க என்னோட இருந்தீங்க” என்றாள் சுகந்தி. கடம்பன் புரியாமல் என்ன என்றான். சுகந்தி சண்டைக்காரனுக்கு இலக்கியம் எப்படிப் புரியும் என்றாள்.

“நமக்கு அதலான் புரிய வேண்டாம். நேரா சொல்லனும், தைரியமா, சும்மா எதிரிய முட்டித்தூக்குற மாதிரி ஒரே அடியா.” சுகந்தி திரும்பி கடம்பனின் கண்களை கூர்மையாக பார்த்தாள். அவன் அருகே சென்று “உங்கள முட்டித் தூக்குறவன சீக்கிரம் கண்டு புடிக்கிறேன் பாருங்க” என்றாள்.

“ச்ச... இதானா... போய் தொல” என்றான் கடம்பன். “நாளைலந்து ஒரு வாரம் நா வர மாட்டேன். திருவள்ளூர்

போறோம். அங்க மக்களுக்கு காலரா தொற்று முகாம் நடத்துறோம்'' என்றாள் சுகந்தி.

இரண்டு தினங்கள் கழித்து கடம்பன் திருவள்ளூர் முகாமிற்குச் சென்றான். சுகந்தி அருகிலுள்ள கிராமத்திற்குச் சென்றுள்ளதாகத் தெரிவித்தனர். கடம்பன் அவளைக் காணச் சென்றான். அங்கு சுகந்தி கிராமச் சிறுவர்களைக் கூட்டி சாப்பிடும் முன் எவ்வாறு கை கழுவ வேண்டும் எனச் செய்துகாட்டிக் கொண்டிருந்தாள்.

“சார் யாரு. எங்கயோ பாத்த மாதிரி இருக்கு.''

“உடம்பு சரி இல்ல. சும்மா ஊசி போடலாம்னு வந்தேன்.''

சுகந்தி அங்கிருந்த பெரிய குளோரின் மூட்டையைத் தூக்கி கடம்பன் கையில் கொடுத்தாள். நடக்கும் வழி எங்கும் தூவிக் கொண்டே வரச் சொன்னாள். கடம்பன் இதையெல்லாம் நான்தான் செய்யனுமா என்றான். கிராமத்து வீதிக்குள் சென்ற சுகந்தியைப் பார்த்த சிறுவர்கள் ஊசி போட வராங்க எனக் கத்திக்கொண்டே ஓடி மறைந்தார்கள். மழை சகதியில் கழிவுகளும் கலந்து நாற்றம் மூக்கைத் துளைத்தது. கடம்பன் அவன் முகத்தைச் சுளித்தபடி வேகமாகச் செல்வோம் என்றான்.

“சண்டக்காரரே உங்கள யாரு இங்க வர சொன்னா. இங்கலான் இப்படி தான் இருக்கும். இங்கயும் மக்கள் தான் இருக்காங்க. என்ன செய்றது. சரி நிக்காம குளோரின தூவுங்க.''

கடம்பனை அங்கேயே நிறுத்திவிட்டு சுகந்தி மட்டும் இன்னும் உள்ளே சென்றாள். எத்தனை குடும்பம் இருக்கிறது எனக் கணக்கெடுத்து வந்தாள்.

அந்த கிராமத்திற்குள் இன்னும் காலரா பரவவில்லை. அருகிலிருக்கும் கிராமம் வரை தாக்கிவிட்டது. பல உடல்களை எடுத்துப்போடக் கூட ஆளில்லாமல் நாய்களும் காகங்களும் இழுத்துக்கொண்டு சுற்றின. பெரும்பாலானோர் கிராமத்தைக் காலி செய்துவிட்டு நகரத்தை நோக்கித் தப்பி ஓடினர். அந்த கிராமம் தடுப்புகளைக் கொண்டு பிரிக்கப்பட்டிருந்தது. யாரும் பக்கத்து கிராமங்களுக்குச் செல்ல வேண்டாம் என பரப்புரை செய்தனர். ஆனால் அனைத்தையும் தாண்டி காலரா பரவி விடும் என சுகந்தியின் குழுவிற்குத் தெரியும். மேலும்

அம்மைத் தொற்றும் தொடங்கி விட்டதாகத் தகவல்கள் வந்து கொண்டிருந்தன. முடிந்தவரை அவர்கள் தடுக்கிறார்கள். பிரிட்டன் அரசு ஏழைகளுக்கு எந்த உதவிகளையும் செய்யவில்லை. மாறாக அவர்களின் உழைப்பை தொடர்ந்து சுரண்டிக் கொண்டே இருந்தது.

கடம்பன் சுகந்தியுடன் தங்கிக் கொண்டான். இருவரும் நெருக்கமானார்கள்.

அவளின் இறுதியாண்டு முடிவடைந்தது. ஆறு மாதம் கழித்து ஊருக்கு வருவதாக அவள் அப்பாவிற்குக் கடிதமெழுதினாள். மெட்ராஸ் பிடித்திருக்கிறது என்றாள் கடம்பனிடம். பிடிக்கட்டும் பிடிக்கட்டும் என்றான் கடம்பன். விடுதியைக் காலி செய்துவிட்டு கடம்பனின் மாளிகைக்குக் குடிபெயர்ந்தாள்.

கடம்பனுக்கான லண்டன் பந்தயம் நெருங்கியது. அவன் முழுமையாகப் பயிற்சியில் ஈடுபடவில்லை. லண்டனுக்கு சுகந்தியையும் கூட்டிச்சென்றான்.

வளையத்தில் அறிவிப்பாளர் வீரர்களை அழைத்தார். சுகந்தி கடம்பனின் அறைக்குள் சென்றாள். உங்களுக்கு எதிராக பந்தயத்தைக் கட்டிவிட்டேன், இருந்தாலும் நீங்கள் தான் வெற்றியடைய வேண்டும் என்றாள். கடம்பன் சிரித்துவிட்டு பார்ப்போம் என்றான்.

க்றைஸ்ட்டாக வளையம் சென்றான். சண்டை தொடங்கியது. கடம்பன் நினைத்தபடி சண்டை இலகுவாகயில்லை. சாதாரணமாக முடித்துவிட்டு வந்து விடலாம் என நினைத்தான். சண்டை நான்கு நிமிடங்கள் கடந்து சென்று கொண்டிருந்தது. கடம்பனின் நெற்றி கிழிந்து இரத்தம் கொட்டியது. சுகந்தி அவள் இருக்கையிலிருந்து எழுந்து விட்டாள். ஆனால் நேரம் செல்லச்செல்ல எதிரி தளர்ந்து விட்டான். கடம்பனுக்குள் இருந்த மிருகம் எதிரியின் கையை முறித்தது.

சண்டை முடிந்தவுடன் சுகந்தியும் கடம்பனும் லாட்ப்ரோக் தோட்டம் (Ladbroke garden) வழியாக விழும் சிறு பனிச்சாரல்களுக்கிடையில் அவர்கள் விடுதிக்குச் சென்று கொண்டிருந்தார்கள். சுகந்தி கடம்பனின் கையைப் பற்றியபடி

நடந்தாள். மின்விளக்கின் மஞ்சள் ஒளியில் வண்ண மலர்கள் வீதியின் இருபக்கங்களையும் அலங்கரிக்க அதன் மேல் மோகம் கொண்ட பூச்சிகள் ரம்மியமாக ரீங்காரமிட்டுக் கொண்டிருந்தன. தென்றல் குளுமையை அவர்கள் மீது அள்ளி வீசியது. சுகந்தி அவள் கையால் கடம்பனின் நெற்றியை மெதுவாக வருடினாள். இரத்தக் கசிவு நின்றிருந்தது. அவள் கை மெதுவாக அவன் நெற்றியிலிருந்து கழுத்திலிறங்கியது. கழுத்திலிருந்து சட்டைக்குள் இறங்கி அவன் மார்பை வருடியது. சுகந்தியின் இதயத்துடிப்பு அதிகமானது. அவளின் வெப்பமான மூச்சுக்காற்று கடம்பனின் கழுத்து வழியாக அவன் மார்பிற்குள் இறங்கிக்கொண்டிருந்தது. திடீரென கடம்பன் சத்தமாக சிரிக்கத் தொடங்கினான். சுகந்தியும் அவனுடன் சேர்ந்து சிரிக்க ஆரம்பித்தாள். இருவரின் சிரிப்பும் இடைவிடாமல் பெரிய ஒலியைக் கிளப்பிக்கொண்டிருந்தது. வீதியும் அதன் புறங்களிலும் நிற்கும் சிவப்பு பச்சை நிறக் கட்டிடங்களும் அதை அலங்கரித்திருந்த செடிகளும் மலர்களும் அவர்கள் சிரிப்பிற்கு சாட்சியாக இருந்தன. இருவர்களுக்குள்ளும் ஒரு ஆவேசம் புக அவர்கள் சிரிப்பிற்கிடையில் ஓட்டமும் நடையுமாக விடுதியை நோக்கிச் சென்றார்கள். கடம்பன் சுகந்தியை வாரிக்கொண்டும் இழுத்துக்கொண்டும் அவன் அறைக்குச் சென்றான். அறைக் கதவின் பூட்டைத் திறக்கும் முன் அவன் கை நடுக்கத்தால் சாவியை இரண்டு முறை தவறவிட்டது. நெற்றியில் வியர்வை துளிர்க்க அறைக் கதவை படார் எனத் திறந்தான். திறந்த வேகத்திலேயே சுகந்தியைத் தூக்கி எதிரே இருந்த மெத்தை இருக்கையில் கிடத்தினான். அவனுக்கு கதவைத் திரும்ப தாழிடப் பொறுமையில்லை, சுகந்தி கதவை மூடு எனக் கத்தினாள். எதுவும் அவன் காதில் ஏறவில்லை. அவன் செயலைக் கண்டு சுகந்தி மீண்டும் சத்தமாகச் சிரிக்கத் தொடங்கினாள். கடம்பன் அவன் நிலைக்கு வந்தான். கதவைத் தாழிட்டான். சுகந்தியை மெதுவாகத் தூக்கி படுக்கையில் சாய்த்தான். அவன் உதடுகள் அவள் கண்களில் முத்தத்தைப் பதித்தன. சுகந்தி கடம்பனின் உடையைக் கலையத் தொடங்கினாள். கடம்பனின் மூச்சுக் காற்று சுகந்தியை ஒரு வித போதைக்குள் தள்ளியது. அவன் உதடுகள் அவள் உடல் முழுக்க பயணிக்கத் தொடங்கின. கடம்பன் சுகந்தியின் உடையைக் கலையும் வேகத்தில் அதைக் கிழித்தெடுத்தான். அவள் மார்பில்

அவன் கை படர்ந்தது. அவள் இதயத்துடிப்பை அது உணர்ந்தது. அவளின் மெல்லிய முனங்கல் ஒரு வித இசையின் ரம்மியத்தை வெளிப்படுத்திக்கொண்டிருந்தது. இருவரின் உடல்களும் ஒன்றோடு ஒன்று பின்னியிருந்தன. அவர்களின் வியர்வை நெடி அவர்களுக்குள் இருக்கும் பித்தை அதிகப்படுத்தியது. அவள் மார்பின் முலைகள் புடைத்தெழுந்தன. கடம்பன் மெதுவாக அவளுக்குள் சென்றான். காப்புக்கட்டிய அவன் முரட்டுக்கைகள் அவளின் உடலின் எலும்புகளை இறுக்கின. அவனுக்குள் ஓடும் இரத்தமெல்லாம் வேகமெடுத்துப் பாய்ந்து ஒரு இணைப்பில் அதன் ஆற்றலை வெளிப்படுத்தியது. அவனின் இயக்கம் அவளின் உடலைத் தகிக்கச் செய்தது. வெப்ப மோகத்தால் உருகி சொக்கிப் போனாள். வலியால் துடித்தாள். அவளின் தொடர் முனங்கல் கடம்பனை வேகமாக இயக்கத் தூண்டியது. அவன் முழுதும் அவள் உள் சென்றிருந்தான். சில நெடிய நிமிடங்களில் அவன் உச்சத்தைத் தொட்டு அவள் மேல் சரிந்தான். அவன் உதடு அவள் உதட்டைப் பற்றிக்கொண்டது. அவள் முதுகை இறுக்கிய அவன் பிடி மெதுவாகத் தளர்ந்தது. அவள் முகத்தில் சரிந்த அவள் முடியை அவன் விலக்கினான். அவள் சிவந்த முகத்தைக் கண் கொட்டாமல் பார்த்துக்கொண்டே இருந்தான். சில மணி நேரங்கள் அறையின் நிசப்தத்தில் அவர்களின் ஆழ்ந்த மூச்சுக்காற்று மட்டும் பேசிக்கொண்டிருந்தது. சுகந்தி மெதுவாக கடம்பன் பக்கம் திரும்பினாள். அவன் உதட்டில் முத்தத்தைப் பதித்தாள். இது அவளின் முறை போலும். அவள் அவன் மேல் ஏறினாள். இது கடம்பனை மீண்டும் தூண்டி விட்டது. அவளின் அசைவுகள் அவனை இயங்கச் செய்தது. அவர்களின் கலவி இரவு முழுக்க நீண்டு கொண்டே சென்றது. அடுத்த நாள் காலை தொடங்கியும் அவர்களின் முத்தங்கள் பிரியவேயில்லை. கடல் நீர் வற்றி சூரியனின் கதிர்கள் மங்கிவிடும் போலும். பல அண்டங்கள் அழிந்து பல அண்டங்கள் தோன்றும் போலும். ஆனால் அவர்களின் கலவி ஒரு மாயமாக இடைவிடாமல் இயங்கிக் கொண்டேயிருந்தது. அந்த முடிவில்லாக் காமம் நீண்டு கொண்டே சென்றது.

5

நான்கு மாதங்கள் கழித்து மெட்ராஸ் திரும்பினார்கள். சுகந்தியின் தந்தை அவளுக்கு கடிதங்களை அனுப்பியிருந்தார். மேல் படிப்பிற்காக லண்டன் பல்கலைக்கழகத்திற்கு விண்ணப்பிக்கும்படி கேட்டிருந்தார். சுகந்தி இன்னும் ஆறு மாதங்கள் கழித்து ஊருக்கு வருவதாக பதில் எழுதினாள். கடம்பனுடன் அவன் மாளிகையில் நாட்கள் சென்றது. நான்கு மாதங்கள் கழித்து அவள் கருவுற்றிருப்பதாக அவளுக்குத் தெரிய வந்தது. கடம்பனிடம் தெரிவித்தாள். உன் தந்தைக்கு எழுது நான் உன்னை மணந்து கொள்கிறேன் என்றான். சுகந்தியும் எழுதுகிறேன் என்றாள். ஆனால் எதுவும் எழுதவில்லை.

இரவு கடற்கரைச் சாலையில் நடந்து கொண்டிருந்தாள். மழைக் காலம் முடிந்திருந்தது. ஊருக்குள் கொசு சுரங்கள் வேகமாகப் பரவத் தொடங்கின. சுகந்தி அமைப்புடன் சேர்ந்து வேலைக்குச் செல்வதாகக் கூறினாள். கடம்பன் இப்போது வேண்டாம் குழந்தைக்கு சரிவராது என மறுத்து விட்டான். நாட்கள் செல்ல அவளுக்குள் ஒரு வெறுமையை உணரத் தொடங்கினாள். மாளிகைக்குள் ஒரு சிறு நூலகத்தை அமைத்தாள். நூல்களுடன் நேரத்தைக் கழிக்கத் தொடங்கினாள். கடம்பன் ஏன் தந்தைக்கு எதுவும் எழுதவில்லை

என்றான். என்னவென்று எழுதுவது நடப்பவை தானாக நடக்கட்டும் என்று விட்டாள். ஒரு விடியற்காலையில் சுகந்தி பிரசவ வலி கண்டாள். ஆண் சேயை ஈன்றாள். கடம்பனும் சுகந்தியும் மகிழ்ச்சி அடைந்தனர். இப்போதாவது தந்தைக்கு எழுது என்றான். சிறிது நாட்கள் செல்லட்டும் என்றாள்.

ஐந்து மாதங்கள் கடந்திருந்தன. அவள் விழிகளில் கருவளையங்கள் ஓடின. களையிழந்து கிடந்த முகத்தின் முன் சரிந்திருந்த முடிகளை தூக்கிக் கொண்டையிட்டுக் கொண்டு அவள் மிதிவண்டியை ஓட்டியபடி மெட்ராஸ் வீதிகளைச் சுற்றி வந்தாள். அவளது மனம் எதுக்குள்ளோ சிறைப்பட்டிருக்கிறோம் என உணர்வதாக எண்ணினாள். அவளின் தந்தையின் நினைவும் வீட்டின் நினைவும் வந்தது. தன் இயல்பைத் தொலைத்துக் கொண்டிருக்கிறோம் என உணர்ந்தாள். மேல் படிப்பிற்காக லண்டனுக்குச் செல்ல விரும்புவதாக கடம்பனிடம் சொன்னாள். இனி படிச்சி என்ன பண்ணுறது, குழந்தையைப் பாத்துக்கோ என மறுத்தான். ஒரு வித கலவையான மனநிலையில் சுகந்தி அந்தக் கல்வியாண்டைத் தவற விட்டாள். கடம்பனை அவள் மிகவும் நேசித்தாள். கடம்பன் அவனுக்குத் தெரிந்த வழியில் அவளை அன்புடனும் மகிழ்வுடனுமே பார்த்துக்கொண்டான். அவன் குழந்தைக்கு துடியன் எனப் பெயரிட்டான். துடியன் தவழத் தொடங்கி, தட்டுத்தடுமாறி நடக்கப் பழகிக் கொண்டிருந்தான்.

அடுத்த கல்வியாண்டிற்கான விண்ணப்பங்களை லண்டன் பல்கலைக்கழகத்திற்கு சுகந்தி அனுப்பினாள். ப்ரிஸ்டல் பல்கலைக்கழகத்திலிருந்து நேர்காணலுக்கு அழைத்தார்கள். சுகந்தி இந்த முறை கடம்பனிடம் கேட்கவில்லை. தகவலாகச் சொன்னாள். பெரிய வாக்குவாதங்கள் ஏற்பட்டன. கடம்பனின் வார்த்தைகள் அவளை காயப்படுத்தின. கடம்பனால் அவளை என்றும் உணர முடியாது. அவளின் தேவைகளை அவனால் புரிந்து கொள்ள முடியவில்லை. மௌனமான இரவுகள் பல கடந்தன. சுகந்தி லண்டனுக்குக் கிளம்பினாள். கடம்பனால் அவளின் தீவிரத்தன்மையை உடைக்க முடியவில்லை.

நேர்காணல் முடிந்து கப்பல் வழியாக மீண்டும் இந்தியா வந்தடைய ஏழு மாதங்கள் ஆயின. சுகந்தி நேராக கல்கத்தாவிற்கு சென்றாள். அவள் வீட்டில் நடந்ததைச் சொன்னாள். அவள்

அப்பாவால் அவளைப் புரிந்துகொள்ள முடிந்தது. அவள் அம்மா அவள் கை தளரும் வரை சுகந்தியை அடித்தாள், திட்டினாள், புலம்பினாள், பின் சோர்ந்து, வெறுத்து முடங்கிவிட்டாள். அவள் அப்பா "சொந்தங்களுக்கு என்னனு சொல்றது... சரி நீ மகிழ்வாயிரு" என்று விட்டுவிட்டார். சுகந்தி மெட்ராஸ் திரும்பினாள். துடி வளர்ந்திருந்தான். சுகந்தி கடம்பனிடம் இன்னும் ஆறு மாதத்தில் வகுப்பில் சேர வேண்டுமென்றாள். கடம்பன் எதுவும் சொல்லவில்லை. துடியை அவளிடம் கொடுத்துவிட்டு நகர்ந்துவிட்டான். சுகந்தியின் அம்மா துடியை வளர்க்க முடியாது எனக் கூறி விட்டாள்.

"அம்மா இல்லாம குழந்த எப்படி வளரும்."

"மூனு வருஷம் தான் படிப்பு முடிஞ்சிடும். வருசா வருசம் நா வந்துடுவேன். நீங்க பாத்துக்கோங்க."

"தேவயில்லாத வேல பண்ணுற நீ" எனக் கடம்பன் கத்தினான்.

"எனக்கான அடையாளம் வேணும். எடம் வேணும். யா உங்களால அத புரிஞ்சிக்க முடியல. இனி நீங்க எதுக்காக சண்ட போடனும். அதான் இவ்வளவு காசு சேத்தாச்சே. ஏனா அது உங்களோட அடையாளம். என்னையும் உங்கள மாதிரி பாருங்க சமமா. நா அடிமையில்ல, வேலக்காரியில்ல" என சுகந்தி ஆவேசமாகக் கத்தினாள். பின் உடைந்து கண் கலங்கினாள். "உங்களோட அன்பு என்னச் சிறப்படுத்தி வச்சிருக்கு. கூண்டுக்குள்ள இருக்குற என்னால அத உணர முடியல. படுக்கைல மட்டும் காலம் போகாது. ஒரு வருசமா என்ன நீங்க காயப்படுத்திட்டே தான் இருக்கீங்க. நான் தினமும் உங்கள விட்டுத் தள்ளிப்போய்ட்டே இருக்கேன். உங்களுக்கு ஏன் அது புரிய மாட்டேங்குது."

கடம்பன் மௌனமாக சுகந்தியைப் பார்த்துக்கொண்டே இருந்தான். சுகந்தி, "துடி உங்களோட பையன், அவன நீங்க தான் பாத்துக்கனும். நான் செத்துட்டா என்ன பண்ணி இருப்பீங்க. வேணா இன்னொரு கல்யாணம் பண்ணிக்கோங்க. நா போறேன்" என்றாள். கடம்பன் சுகந்தியின் உணர்வுகளைப் புரிந்துகொள்ளவில்லை. ஆபாச வார்த்தைகள் கொண்டு அவளை மேலும் கிழித்தான். சுகந்தி கடம்பனைப் பார்த்து உங்களோட

பலத்தால ஒரு பொண்ண உணர முடியாது எனக் கூறிவிட்டு நகர்ந்தாள்.

ஒரு மாதம் கடந்து சுகந்தி மெட்ராஸ் துறைமுகத்தில் அவள் கப்பலுக்காக நின்றாள். கடம்பன் துடியைத் தூக்கிக்கொண்டு ஒரு பையில் பணத்தையும் சில பொருட்களையும் எடுத்து வந்தான். சுகந்தி துடியை அணைத்துக்கொண்டு முத்தமிட்டாள். கடம்பனிடம் இருந்த பையை வாங்கிக்கொண்டாள். கடம்பன் "பத்திரமா இரு போய்ட்டு கடிதம் எழுது" எனக் கூறிவிட்டு துடியைத் தூக்கிக்கொண்டு திரும்பினான். சுகந்தி கப்பலேறினாள். வங்க கடலில் லண்டனை நோக்கிய சுகந்தியின் பயணம் தொடங்கியது.

6

வங்கக் கடலில் இருந்து கிளம்பிய கப்பல் செங்கடலில் நுழைந்து சுயஸ் கால்வாய் வழியாக நூற்றுப் பதிமூன்று நாட்கள் பயணத்தில் லண்டன் துறைமுகத்தை அடைந்தது. சுகந்தி அவள் மூட்டையைத் தூக்கிக்கொண்டு ப்ரிஸ்டலுக்கு தொடரி ஏறினாள். ப்ரிஸ்டல் விடுதியில் ஓய்வெடுத்த சுகந்தி அடுத்த நாள் கல்லூரிக்குச் சென்று அவளுக்கான நுழைவுக் கடிதங்களைக் கொடுத்தாள். கல்லூரியின் வகுப்புகள் இரண்டு வாரம் முன்னரே தொடங்கி இருந்ததால் அடுத்த நாளே வகுப்பில் வந்து சேரும்படி சொன்னார்கள்.

அடுத்த நாள் கல்லூரிக்குச் சென்ற சுகந்தியை மாணவர்கள் போராட்டம் வரவேற்றது. முட்டைகளும் தக்காளிகளும் அவளை மாலையாக வந்து அலங்கரித்தன. இதை எதிர்பார்க்காத சுகந்தி பயந்து பதட்டமடைந்தாள். கல்லூரிக் காவலர்கள் அவளை மீட்டு கல்லூரிக்குள் பாதுகாப்பாக அழைத்துச் சென்றனர்.

பெண்கள் கல்லூரிப் படிப்புகளை படிக்கத் தகுதி இல்லாதவர்கள் என கேம்பிரிட்ஜின் ஆண் மாணவர்களின் தொடர் போராட்ட அலை பிரிட்டனின் மற்ற பல்கலைக்கழகங்களிலும் தாக்கத்தை ஏற்படுத்தி இருந்தது. இந்தக்

கல்வியாண்டு தொடக்கம் முதலே ப்ரிஸ்டல் கல்லூரியில் சில மாணவர்கள் கூட்டம் பெண்களைப் புறக்கணியுங்கள் எனக் கோஷமிட்டு போராடி வருகிறது. கல்லூரிக்கு வரும் பெண்கள் மீது தொடர்ச்சியாக முட்டைகளையும் மற்ற கழிவுப் பொருட்களையும் வீசியெறிந்து கொண்டிருந்தது. முற்போக்கான ப்ரிஸ்டல் பல்கலைக்கழகக் குழுமம் கேம்பிரிட்ஜ், ஆக்ஸ்ஃபோர்டு போல் இல்லாமல் பெண்களுக்கு ஆரம்பம் முதலே சம உரிமை கொடுத்தது.

சுகந்தியின் ப்ரிஸ்டல் கல்லூரி நுழைவும் பெரிய சவாலாகத்தான் இருந்தது. தொண்ணூறு விழுக்காடு ஐரோப்பியக் கல்லூரிகள் பெண்களுக்கு கல்வி உரிமைகளை மறுத்திருந்தன. அதில் விதிவிலக்காக இருந்த ஒரு சில கல்லூரிகளும் பெண்களுக்கு பட்டமளிக்க மறுத்து வந்தன. சுகந்தி விண்ணப்பித்த பெரும்பாலான கல்லூரிகள் அவளை நிராகரித்திருந்தன. ப்ரிஸ்டல் கல்லூரி நேர்காணலிலும் அவளின் தெளிவான பேச்சே அவளுக்கு இந்த வாய்ப்பைப் பெற்றுத் தந்தது.

ஐரோப்பியப் பெண்களுக்கே இங்கு மிகக் குறைவான வாய்ப்பு உள்ள நிலையில் இதுவரை ப்ரிஸ்டலில் படித்து பட்டம் பெற்ற வெளிநாட்டுப் பெண்கள் இரண்டு இலக்க எண்ணைக் கூட கடந்திருக்க மாட்டார்கள். நாங்கள் எதற்காக உங்களை ஏற்றுக்கொள்ள வேண்டும் எனக் கேட்ட குழுவிடம், கிட்டத்தட்ட நூறு நாட்கள் கடலில் பயணித்து, ஏழாயிரம் கிலோமீட்டர் கடந்து தனியாக நான் இங்கு வந்து படிக்க நினைப்பது எனக்கு எவ்வளவு முக்கியமானதாக இருக்க வேண்டும். எந்த சூழலிலும் எனக்கு மரணம் நிகழலாம். அவ்வாறு நிகழ்ந்தால் என் உடலைக் கூட என் குடும்பத்தால் பார்க்க முடியாது என எனக்கு நன்றாகத் தெரியும். இருந்தும் எல்லாவற்றையும் கடந்து இந்தக் கல்வி எனக்கு எவ்வளவு முக்கியமாக இருக்க வேண்டும் என நினைத்துப்பாருங்கள், பின் முடிவு செய்யுங்கள் எனக் கூறிவிட்டு வந்த சுகந்தியை நிராகரிக்க நினைத்த குழு, பின்னர் அதன் முடிவை மாற்றி அவளை அங்கீகரித்தது.

அவள் உடையையும் முகத்தையும் சுத்தம் செய்துகொண்டு வகுப்பறைக்குச் சென்றாள். வகுப்பு இன்னும்

தொடங்கப்படவில்லை. நாற்பது மாணவர்கள் அமர்ந்திருந்த அறையில் இரண்டு வெள்ளை நிறப் பெண்கள் மட்டும் முன் இருக்கையில் அமர்ந்திருந்தனர். பதட்டத்தில் இதயம் பட படவென அடித்துக்கொள்ள சுகந்தி அவர்கள் அருகில் சென்றாள். அவர்கள் பக்கத்தில் இடம் இல்லாததால் நேராக உள்ளே சென்று கடைசியாக இருந்த இருக்கையில் அமர்ந்துகொண்டாள். எல்லோருடைய கண்களும் அவளையே பார்ப்பதுபோல் உணர்ந்தாள். அரைமணி நேரம் கழித்து அவர்களுக்கான ஆசிரியர் உள்ளே வந்தார். சுகந்தி இளங்கலை கணக்கியல் தேர்வு செய்திருந்தாள். உள்ளே வந்த ஆசிரியர் இன்று நம் வகுப்புக்கு புதிதாக எட்டு மாணவர்கள் வந்திருக்கிறார்கள். அவர்களில் ஒருவர் பெண். நாம் அனைவரும் அவர்களை வரவேற்போம் எனக் கைதட்டினார். அறையும் கைதட்டியது. உங்களை நீங்களே அறிமுகப்படுத்திக்கொள்ளுங்கள் என அழைத்தார்.

"உலக நாடுகளின் மக்களின் இரத்தத்தை உறிஞ்சிக் கொண்டிருக்கும் பிரிட்டனில்தான் அந்நாட்டின் கல்லூரிகள் உலக இலக்கியங்களை, மானுடவியலை, நாகரிகங்களை பயிற்றுவிக்கின்றன. அவ்வாறு போதிக்கும் கல்லூரி வளாகங்களில்தான் பெண்களுக்கு எதற்கு கல்வியென போராட்டங்களும் நடைபெறுகின்றன. அப்படிப்பட்ட முரண்பாடு கொண்ட பிரிட்டனில் படிக்க வந்ததற்காக நான் மகிழ்ச்சியடைகிறேன். என் பெயர் சலீமுல்லா, நான் ஒரு இந்தியன்" என்று சொல்லிவிட்டு அவன் இருக்கைக்கு நகர்ந்தான். ஆசிரியர் இந்த விதப் பேச்சை எதிர்பார்க்காமல் திடுக்கிட்டார். அவன் பேச்சைக் கேட்ட பிரிட்டன் மாணவர்கள் கூச்சல் எழுப்பத் தொடங்கினர். ஆசிரியர் சுதாரித்துக்கொண்டு வகுப்பிற்கு நேரமாகிறது புத்தகங்களைத் திறங்கள் என ஆணையிட்டார்.

சுகந்தி முதன்முறையாக சலீமுல்லாவைப் பார்த்தாள். சுருட்டை முடியுடன் ஒல்லியாக நெடு நெடு தேகத்தோடு, முகத்தில் பெரிய மூக்குக் கண்ணாடி, கருப்பு நிற கோட்டும் சந்தன நிறக் கால் சட்டையும் அணிந்துகொண்டு சுகந்திக்கு வலது புறமாக மூன்று வரிசைக்கு முன் அமர்ந்திருந்தான்.

வகுப்புகள் முடிவடைந்தும் சுகந்தியின் பதட்டம் அவளை விட்டு விலகவில்லை. கீழ் வளாகத்தில் இருக்கும் உணவகத்திற்கு வந்தாள்.

“நீயும் இந்தியாவா, இந்தியாவுல எங்க?” என சலீமுல்லாவின் குரல் கேட்டு திரும்பிப் பார்த்த சுகந்தி புன்னகைத்தாள்.

“ஆமா இந்தியா தான். மெட்ராஸ் மாகாணம்” என்றாள்.

சுகந்தி கேட்டிருந்த தேநீர் வந்தது.

“எனக்கும் ஒன்னு சொல்லுங்க.”

அவள் கையில் வாங்கிய தேநீரை சலீமுல்லாவுக்குக் கொடுத்தாள். இன்னொரு தேநீர் கேட்டாள்.

“நீங்க எங்க, இந்தியால?”

“நா கல்கத்தா மாகாணம்.”

“கல்கத்தாவா, நானும் கல்கத்தா தான்” என சுகந்தி மகிழ்வை வெளிக்காட்டினாள்.

“மெட்ராஸ்னு சொன்னிங்க.”

“மெட்ராஸும் தான்” என சுகந்தி மீண்டும் புன்னகைத்தாள்.

“மேரா சாப் சோமொய் எரோகொமி காபடே கோதா போலே” (நம்ம ஊர் பொண்ணுங்க எப்பவும் புரியாம தான் பேசுவாங்க) என்றான் சலீமுல்லா.

“சரி நல்லது நாளை சந்திப்போம்” என்றாள் சுகந்தி.

“தேநீருக்கு நன்றி.”

சுகந்தி கல்லூரியை விட்டு வெளியே வந்தாள். மாலை படரத் தொடங்கியது. அவள் கல்லூரிக்கு அருகிலேயே சிறிய விடுதியில் அறை ஒன்றை எடுத்திருந்தாள். அவள் மனமும் நடையும் தளர்ந்திருந்தது. அவள் முகத்தில் இறுக்கம் குறைந்து சிறு புன்னகை தொற்றியிருந்தது. அறையை அடைந்த சுகந்தி சிறிது நேரம் மெத்தையில் படுத்திருந்தாள். கடம்பனின் நினைவு அவளைப் பற்றிக்கொண்டது. வேகமாக எழுந்து கடம்பனுக்கு ஒரு நீண்ட கடிதம் எழுதினாள். துடியையும் உங்களையும் நான் பெரிதும் தவற விட்டுக்கொண்டிருக்கிறேன். விரைவில் அங்கு வர வேண்டும். என்னை இறுக்கமாகப் பற்றிக்கொள்ளுங்கள்

என எழுதினாள். கடிதத்தை எடுத்துக்கொண்டு வேகமாக தபால் நிலையம் நடந்தாள். கடம்பன் அவளை திருவள்ளூர் சேரிக்கு வந்து பார்த்தது போல் இங்கும் வந்துவிட மாட்டானா என அவள் மனம் ஏங்கியது. அவள் முகம் வெட்கத்தால் சிவந்தது. கடிதத்தை அனுப்பிவிட்டு விடுதிக்குத் திரும்பிக்கொண்டிருந்தாள். சட்டென மழை பிடித்துக்கொள்ள மறைப்பில் ஓரமாக ஒதுங்கி நின்றாள். சில வினாடிகளுக்குப்பின் சாலை சகதியாக மாறியது. காற்றில் கழிவுகளின் நாற்றம் வீசத் தொடங்கியது. அரை மணிநேரம் கழித்து அறையை அடைந்தாள்.

நாட்கள் நகர்ந்து கொண்டிருந்தன. சுகந்திக்கு மெல்ல கல்லூரி வாழ்க்கை பழகியது. கடம்பனிடம் இருந்து எந்த பதிலும் அவளுக்கு வரவில்லை, கடிதம் சென்று சேர்ந்திருக்காது என அவளைத் தேற்றிக்கொண்டாள். மீண்டும் மூன்று கடிதங்களை எழுதி அனுப்பினாள். அவளுக்கான செலவுகள் அதிகமாக இருந்தது. அவளின் கையிருப்பும் குறையத் தொடங்கியது. பகுதி நேர வேலைக்குச் செல்ல முடிவெடுத்தாள். சலீமுல்லாவிடம் ஏதாவது வேலைக்கு ஏற்பாடு செய்ய முடியுமா என்று கேட்டிருந்தாள். அவன் இரண்டு நாட்களில் சொல்வதாகக் கூறி இருந்தான்.

"இன்னைக்கு இரவு என்னோட சாப்புடேன்."

"இல்ல பரவால்ல. நா பாத்துக்குறேன் நன்றி."

"இல்ல உனக்கான வேல விஷயமா ஒரு இடத்துக்கு கூட்டிட்டு போறேன்."

"என்ன வேல? என்ன செய்யனும்?"

"பெரிய வேல ஒன்னுமில்ல. சில கடிதத்த இடம் மாத்தனும்."

"என்ன கடிதம்? எப்படி மாத்தனும்?

"எதுக்கு இவ்வளவு கேள்வி. ராத்திரி என்னோட வா. நேர்ல கூட்டிட்டுப் போய் எல்லாத்தையும் சொல்றேன்."

சுகந்தி சரி எனத் தலையசைத்தாள். இரவு ஏழு மணிக்கு தபால் நிலையம் அருகே சலீமுல்லா வரச் சொன்னான்.

வானத்தை இருள் வேகமாகக் கவ்விக்கொண்டது. வீசிய காற்று மழைச் சாரலை அதனுடனே அழைத்து வந்தது. சுகந்தியின் சிவப்பு நிற தோகை வீசும் காற்றில் உலாவ அதைப் பிடித்து அவள் தோளோடு இறுகக் கட்டினாள். விழும் சாரல் அவளைத் தீண்டாதபடி அவளின் மஞ்சள் நிறக் குடையை விரித்தாள்.

“வண்டிக்குள் வந்தா குடைய மூடனும்.”

சலீமுல்லா குதிரை வண்டியின் பக்கவாட்டுக் கதவைத் திறந்து சுகந்தியை உள்ளே ஏறச் சொன்னான். சுகந்தி அவனைப் பார்த்து புன்னகைத்தாள். அவன் கைபிடித்து உள்ளே ஏறினாள்.

“மன்னிக்கவும் தாமதத்திற்கு...”

சுகந்தியின் முகம் புன்னகையை மட்டுமே வெளிப்படுத்தியது.

கனைத்துக்கொண்டிருந்த குதிரையை வண்டிக்காரன் தட்டிக்கொடுத்து சமாதானப்படுத்தினான். அது அதன் மேல் விழுந்த மழைத் துளிகளை உதறியது. பரபரப்பாக ஓடிக்கொண்டிருந்த சாலையைக் கடந்து குதிரை வண்டி அமைதியான புறநகர்ப் பகுதியை எட்டி ஓடிக்கொண்டிருந்தது.

“எங்க போறோம்?”

“உன்ன கடத்திட்டு போறேன்” என சிரித்தான் சலீமுல்லா.

“ஆ ஆ ... நான் பயந்துட்டேன். சரி விளையாடாம சொல்லு.”

“பொறுமையா இரு. ஒன்னும் பெரிய விஷயமில்ல.”

குதிரை வண்டி இருபது நிமிடம் பயணித்து, ப்ரிஸ்டல் தொடரி நிலையத்தைக் கடந்து, ஒரு வெள்ளை நிறக் கட்டிடத்தின் முன் நின்றது.

“சரி இறங்கலாம்.”

சலீமுல்லா வண்டிக்காரனுக்கு பணத்தைக் கொடுத்துவிட்டு சுகந்தியை கட்டிடத்தின் பின் பக்கமாகக் கூட்டிச்சென்றான். அது

ஒரு சூதாடும் விடுதிக்குச் சென்றது. அரைகுறை உடையணிந்த பெண்களைப் பார்த்தவுடன் சுகந்தி முகம் சுளித்து தயங்கி நின்றாள். சலீமுல்லா ஒன்றுமில்லை என அவள் கைபிடித்து கட்டிடத்தின் உள்ளே நுழைந்து அதன் அடித்தளத்திற்குச் சென்றான். அடித்தளம் சிறு சிறு கூடங்களாகப் பிரிந்திருந்தது. நேராக உள்ளே செல்ல அங்கு முப்பது பேர்கொண்ட ஒரு கூட்டம் கூடியிருந்தது. கூட்டத்தின் மையமாக முப்பத்தைந்து வயது மதிக்கத்தக்க, கருப்புநிற உடை அணிந்த ஒரு பெண் பேசிக்கொண்டிருந்தார். அவர் தோள்பட்டையில் சதுரமான சிவப்புநிற சிறு சின்னம் குத்தப்பட்டிருந்தது. சலீமுல்லா கூட்டத்தை விலக்கி முன் வரிசைக்கு சுகந்தியுடன் சென்றான். சில நபர்கள் சலீமுல்லாவைப் பார்த்தவுடன் புன்னகைத்தபடி "ரைஸ்" என முணுமுணுத்தார்கள். சலீமுல்லாவும் ரைஸ் எனக் கூறி தலைகுனிந்தான்.

"நாம் வேகமாக இயங்க வேண்டிய தருணம் இது. மனிதனின் விடுதலையும் அடிப்படை உரிமைகளும் பறிக்கப்படும்போது அவன் வெறும் கால்நடையாக மாற்றப்படுகிறான். நாம் இங்கு நீண்ட காலமாக கால்நடையாகவே வாழ்ந்து விட்டோம். நம் அடுத்த தலைமுறையாவது மனிதர்களாக வாழ வழிசெய்வோம். முதலாளிகளின் சுய லாபத்திற்காக நடக்கும் போர்களை அனுமதிக்க முடியாது. ஆதிக்கத்தால் பிற நாடுகளின் வளங்கள் சுரண்டப்படுவது ஏதோ ஒரு வகையில் நம்மை நாமே சுரண்டுவதுபோல் தான். ஆசிய ஆப்பிரிக்க வளங்களை ஐரோப்பியா பெரும் அளவில் கொள்ளையடித்தாலும் ஏன் இன்னும் நம் மக்கள் சேரிகளில் வாழ்கிறார்கள். வறுமை நம்மை விட்டு விலகவில்லை. நோய்களால் நம் பிள்ளைகள் தொடர்ந்து இறந்து கொண்டுதான் இருக்கிறார்கள். சுரண்டும் வளங்கள் மக்களை செழுமைப்படுத்தவில்லை. மாறாக ஒரு சில முதலாளிகளை மட்டுமே செழுமைப்படுத்துகிறது. இருபதாம் நூற்றாண்டை நெருங்கிக்கொண்டிருக்கும் நாம் பெண்களுக்கு கல்வி தருவதற்கு ஏன் மறுக்கிறோம். அவர்களுக்கு வாக்குரிமை ஏன் மறுக்கப்படுகிறது. அவர்களை வெறும் வீட்டு வேலை மற்றும் குழந்தைகளை உற்பத்தி செய்யும் இயந்திரமாக மட்டும் பார்க்கும் மனநிலை மாற வேண்டும்."

சுகந்தி அந்தப் பெண் பேசுவதை பார்த்துக்கொண்டே இருந்தாள். அவங்க தான் கிளாரா ஜெட்கின் (Clara zetkin) என சலீமுல்லா அவள் காதில் மெதுவாக முணுமுணுத்தான். கிளாரா ஜெட்கின் பேசும் ஆங்கிலத்தில் ஜெர்மன் சாயல் வீசியது. சுகந்தி ஒருவித குழப்பமான மனநிலையில் கூட்டத்தைச் சுற்றிப் பார்த்தாள். கூட்டத்தில் பெரும்பான்மையில் ஆண்களே இருந்தார்கள். சுகந்தியின் பார்வை அவள் அருகில் நின்றிருந்த அவள் வயதை ஒத்த பெண் மீது விழுந்தது. அருணம் நிற குட்டைப் பாவாடையும் கடற்பாசி நிற மேல்சட்டையும் அணிந்து நின்றுகொண்டிருந்த அவளும் சுகந்தியைப் பார்த்தாள். சுகந்தி அவளைப் பார்த்து புன்னகைத்தாள். சுகந்தி என்றாள். ரோசா, ரோசா லக்சம்பேர்க் என அவளும் கை கொடுத்தாள். ஐந்தடி உயரத்தில் திடமான பார்வையும் இறுக்கமான தோற்றமும் கத்தரிக்கப்பட்ட முடியும் ஜெர்மன் சாயல் கொண்ட ஆங்கிலமும் அவளைத் தனித்துக் காட்டியது. சுகந்தி அவள் கையைக் குலுக்கிவிட்டு உங்களைப் பார்த்ததில் மகிழ்ச்சி என்றாள்.

“இந்தக் கூட்டத்தையே எடுத்துக்கொள்ளுங்கள். பெரும்பான்மையில் ஆண்கள் தலையே தெரிகிறது. ஏன் உங்கள் வீட்டுப் பெண்களை அழைத்து வர எண்ணவில்லை. இதற்கான எல்லாப் புரிதலையும் நாம் அடையும்போது தான் உண்மையான விடுதலைக்கான முதல் அடியை எடுத்துவைக்க முடியும். ‘நோ மோர் வீக்னஸ், நோ மோர் அன்செர்டைனிட்டி’” என கடைசியாக பிரெஞ்சுப் புரட்சியில் பெண்கள் முழங்கிய வாசகத்தை மேற்கோள் காட்டி க்ளாரா உரையை முடித்தார்.

பிரிட்டன் அரசு அதன் இறையாண்மைக்கும் கொள்கைக்கும் எதிரான கருத்தியல் கொண்ட பேச்சுகளை, கூட்டங்களை தீவிரமாக அடக்கியது. இதுபோன்ற கூட்டங்கள் மறைமுகமாக எந்த ஆர்ப்பாட்டமும் இல்லாமல் தொடர்ந்து ஐரோப்பியா முழுக்க நடந்துகொண்டிருந்தன. கூட்டம் நிறைவடைந்தவுடன் அனைவரும் ஒருவருக்கொருவர் ரைஸ் என முணுமுணுத்துக்கொண்டு வேகமாகப் பிரிந்து சென்றார்கள்.

சலீமுல்லா சுகந்தியை அழைத்துக்கொண்டு தொடர்வண்டி சாலைக்கு வந்தான்.

“இப்போ உன்னோட குடைய விரிக்கும் நேரம் வந்திருக்கு. சரி கூட்டம் எப்படி இருந்தது?”

வானம் தூறியபடி இருந்தது. சலீமுல்லா சுகந்தியின் மஞ்சள் குடையை வாங்கிக்கொண்டு இருவரும் நனையாதபடி அவளை இறுகப் பற்றி நடந்தான்.

“என்ன கூட்டம் இது? எனக்கான வேலையக் காட்டுறேனு சொன்ன.”

“ஆமா இதான் வேல. இங்க பேசுனத, விவாதிச்சத காகிதத்துல அச்சடிச்சுத் தருவாங்க. அதக் கடிதம் போல அவுங்க சொல்ற எடத்துலயோ இல்ல ஆட்கள் கிட்டயோ கொடுக்கனும்.”

“ஏன் கடிதத்த தபால்ல அனுப்பிடலாமே.”

“அனுப்பலாம் ஆனா இதெல்லாம் அரசுக்கு எதிரா நடக்குது. நெறைய செய்திய மறைமுகமாகத்தான் கொண்டுபோக முடியும். சரி நீ போறியா? ஒரு கடிதத்துக்கு எப்படியும் நாலு பவுண்டு கிடைக்கும். ஒரு தடவக்கு நாலு அஞ்சு கடிதத்த எடுத்துட்டு போலாம்.”

“நாலு பவுண்டு பெரிய காசு. அரசுக்கு எதிர்னா அப்போ தப்பு தான. என்ன பிடிப்பாங்களா கடிதத்த கொண்டுபோனா.”

“ஆமா அப்பறம். நீ மாட்டுனா நேரா தூக்குதான். இல்ல நீ பாக்க கொஞ்சம் அழகா இருக்க. உன்ன கரண்ட் சேர்ல உக்கார வச்சி கொன்னுடலாம்” என சொல்லிவிட்டு சலீமுல்லா கலகலவென சிரித்தான்.

“விளையாடாம சொல்லு. இல்ல என்னால பண்ண முடியாது. நா ஒழுங்கா படிச்சி முடிச்சிட்டு ஊருக்கு கெளம்பனும்.”

“இது தப்பு தான். ஆனா யாரும் உன்னத் தேடி வந்து புடிக்கலா மாட்டாங்க. யாருக்கும் எதுவும் தெரியாது. தினமும் நெறய பேர் இப்படி எடுத்துட்டு போயிட்டுதான் இருக்காங்க. நீ ஒரு தடவ செஞ்சி பாரு. ஒத்து வரலனா விட்டிடு.”

சுகந்தி மறுநாள் சொல்வதாகச் சொன்னாள். எதிரில் வந்த குதிரை வண்டியை நிறுத்தி அவர்கள் ஏறினார்கள்.

அடுத்த நாள் சலீமுல்லாவிடம் இருந்து ஆறு கடிதங்களையும் இருபத்தி நான்கு பவுண்டுகளையும் சுகந்தி பெற்றுக்கொண்டாள். அவள் கடிதத்தைச் சேர்க்க வேண்டிய முகவரிகள் தனியாக ஒரு காகிதத்தில் கொடுக்கப்பட்டது. கடிதங்களை வாங்கி அவள் பையில் வைத்தவுடன் பெரும் கனத்தை உணரத் தொடங்கினாள். அது ஒரு பெரும் குற்றம் போல் அவள் மனது படபடத்தது. வகுப்புகள் முடிந்தவுடன் சுகந்தி கடிதங்களை எடுத்துக்கொண்டு கிளம்பினாள். எந்தவித சிரமும் இல்லாமல் இரண்டு மணிநேரத்திற்குள் வேலை முடிந்துவிட்டது.

நான்கு நாட்கள் கழித்து சலீமுல்லா மேலும் எட்டுக் கடிதங்களையும் அதற்கான பணத்தையும் கொடுத்தான். மூன்று கடிதங்களைச் சேர்த்துவிட்ட நிலையில் நான்காவது முகவரி அரைமணி நேர தொடரி பயண தூரத்தில் இருந்தது. தொடரி சீட்டை வாங்கிக்கொண்டு சுகந்தி வண்டி ஏறினாள். இரண்டு நிறுத்தத்திற்குப் பின் ஏறிய காவல் அதிகாரிகள் தொடரியை சோதனையிடத் தொடங்கினர். வெளியில் பார்த்தபடி சென்ற சுகந்தி அதைக் கவனிக்கவில்லை. அருகில் காவலர்கள் குரல் கேட்கவே திரும்பிப்பார்த்து திடுக்கிட்டுப் போனாள். பயத்தில் அவள் கால்கள் நடுங்கத் தொடங்கின. தன்னைத்தான் தேடி வருகிறார்கள் என நினைத்தாள். முகத்தில் வியர்வை பூக்கத்தொடங்கியது. இதயத் துடிப்பு அதிகரித்தது. காவலர்கள் நெருங்க நெருங்க பயத்தில் மூச்சை வெளித்தள்ள சிரமப்பட்டாள். கைகள் நடுங்கின. காவலர்களில் ஒருவன் சுகந்தியை அழைத்து பயணச் சீட்டைக் கேட்டான். பெரிய சிரமத்திற்கு இடையில் அதை அவள் பையிலிருந்து எடுத்துக்காட்டினாள். பையில் என்ன என இரண்டாவதாக வந்த காவலன் கேட்டான். அவள் முகத்தில் பயத்தையும் கடினத்தன்மையையும் மறைத்துக்கொண்டு சிறு புன்னகையை வெளிப்படுத்தினாள். காவலர்களிடம் புத்தகங்கள் என்றாள். நான் ப்ரிஸ்டல் கல்லூரி மாணவி என்றாள். அடையாள அட்டையை அவர்களிடம் கொடுத்தாள். பின் இரண்டு புத்தகங்களை வாங்கிப் பார்த்த காவலர்கள் அதைத் திறந்து பார்க்கவில்லை. திரும்ப சுகந்தியிடம் கொடுத்தார்கள். வேகமாக அடுத்த இருக்கைக்கு நகர்ந்தார்கள். புத்தகங்களுக்கு இடையேதான் கடிதங்களை செருகி இருந்தாள். வாங்கிய புத்தகங்களை வேகமாகப் பையில் திணித்தாள். அவள் நடுக்கம் குறைய

நேரமெடுத்தது. பயத்தால் கண்கள் இருண்டு, வயிற்றை பிரட்டிகொண்டு மயக்கம் வருவது போல் உணர்ந்தாள். கல்லாக மாறியிருந்த கால்களை அசைப்பது அவளுக்கு மிகவும் கடினமான செயல்போல் தோன்றியது. மெதுவாக எழுந்து வண்டியின் வாயில் புறம் காற்றுப் படும்படி நின்று கொண்டாள். பத்து நிமிடங்கள் கடந்து அவளுக்கான நிறுத்தம் வந்தது. வேகமாக இறங்கி ஓட்டமும் நடையுமாக நிலையத்தை விட்டு வெளியே வந்தாள். நிறையக் கண்கள் அவளை வேவு பார்ப்பது போல் உணர்ந்தாள். கடிதத்தை அந்த முகவரியில் சேர்த்துவிட்டு ஒரு பூங்காவின் இருக்கையில் அமர்ந்தாள். உடலின் பலம் முழுக்க வற்றிப்போனது போல் இருந்தது. மீதம் இருக்கும் நான்கு கடிதங்களை எடுத்து செல்ல அவள் மனம் துணியவில்லை. விடுதிக்குத் திரும்பினாள்.

அடுத்த நாள் கல்லூரியில் சலீமுல்லாவிடம் நடந்ததைக் கூறி கடிதங்களைத் திருப்பிக் கொடுத்தாள். இனி முடியாது மன்னித்து விடு என்றாள். சலீமுல்லா பதிலேதும் கூறவில்லை. சரி என தலையை அசைத்தான். மதியம் வகுப்புகள் முடிவடைந்தவுடன் தன்னோடு வருமாறு சலீமுல்லா சுகந்தியை அழைத்தான். சுகந்தி தயங்கினாள். கூட்டத்துக்கு இல்லை என்றும் கல்லூரிக்குப் பின்புறமாக ஒரு சுற்று சுற்றிவிட்டு வந்து விடுவோம் என்று அழைத்தான். சுகந்தி சலீமுல்லாவின் மிதிவண்டியின் பின்புறம் ஒரு பக்கமாக ஏறி அமர்ந்தாள். வண்டியை நேராக நகரத்தின் மையப்பகுதிக்குச் செலுத்தினான். நகரத்தின் உள்ளே செல்லச் செல்ல அழகிய வெளித்தோற்றங்கள் மாறிக்கொண்டே சென்றன. பாழடைந்த அழுக்கேறிய கட்டிடங்கள். குண்டும் குழியுமான சாலைகளில் கழிவுகளும் சகதிகளும் தேங்கி நின்றன. பாதை விரிய நகரங்கள் சேரிகளாக மாறியது. மனிதர்கள் சாலையிலேயே நாய்களுடன் உறங்கிக்கொண்டிருந்தனர். அரை நிர்வாணமான வயிறு ஒட்டிய எலும்பான குழந்தைகள் சேறு படிந்த உடலுடன் அங்குமிங்கும் ஓடிக்கொண்டிருந்தனர். எங்கு திரும்பினாலும் குப்பைகள் மற்றும் கழிவுகளைத் தவிர வேறொன்றும் கண்ணில் படவில்லை. சாக்கடை நாற்றம் காற்றில் பரவியிருந்தது. ஈக்களும் கொசுக்களும் கழிவுகளைச் சூழ்ந்துகொண்டு உலாவின. ஏவான் ஆற்றில் (Avon River) சாக்கடைகள் பெருமளவில் கலக்கும் இடத்திற்கு வந்து சலீமுல்லா அவன் வண்டியை நிறுத்தினான். சுகந்தி இறங்கினாள். இங்க என்ன என்றாள்.

"இப்போ நாம பாக்குறதுதான் உண்மையான பிரிட்டன். உலகத்தோட மூனுல ஒரு பங்கு நாடுகள பிரிட்டன் அடிமைப்படுத்தி வச்சிருக்கு. கடந்த நூறு வருசமா அடிம நாடுகளோட எல்லா வளமும் பிரிட்டனுக்குதா ஏற்றுமதி ஆகுது. ஆனாலும் பிரிட்டனோட நடுத்தர, கீழ்நிலை மக்கள் வாழ்க்க உயரல. அவங்களோட உழைப்பும் சேந்தே சுரண்டப்படுது. எல்லா வளத்தையும் ஒரு சில தனி நபர்களும் முதலாளிகளும் தா திங்கிறாங்க. போரும் அடிமத்தனமும் அவங்க விருப்பப்படி தா நடக்குது. நீ இப்போ எதுக்காக படிக்கிற. யாருக்கு உன்னோட படிப்பு பயன்படபோது. செயல்படாத அறிவு ஒரு வித முடக்கம் தான். ஆனா இந்த நிலைல நீ அத செயல்படுத்தும் போது அதோட பயன் சில சுயநல தனிநபர் முதலாளிகளுக்கு தா போய் சேரப்போது. நீயும் மக்களும் சுரண்டப்பட்டுட்டே தா இருக்க போறீங்க" என்றான் சலீமுல்லா.

"சரி இதுக்கும் எனக்கும் என்ன சம்மந்தம் நான் என்ன பண்ண முடியும்" என்றாள் சுகந்தி.

"இருவது கோடி மக்கள்ல உன்னால லண்டன் வர வந்து படிக்க முடியுது. நீயும் வீதியோரமா பசியில தூங்கற ஒருத்தனும் ஒன்னில்ல. உன்னோட ஆற்றல முடக்கி அவன போல வாழாத. உன்னோட ஆற்றல மாற்றத்துக்காக பயன்படுத்து. இங்க எல்லாரும் சிந்திக்கறதில்ல, அவுங்களுக்கான பொது புத்தில தான் நகர்றாங்க. நீ கண்டிப்பா அவுங்கள போல இல்ல. உன்னோட அறிவ, ஆற்றல, பலத்த அவுங்களோட வழிக்காட்டலா மாத்தலாம். நீயும் நானும் அடிமையா வாழுறோம். நம்மால விடுதலையா எதுவும் பேச முடியாது, எழுத முடியாது, சிரிக்க முடியாது, ஏன் நடக்க, உட்காரக் கூட முடியாது. அத உன்னால உணர முடியுதா? உங்க அப்பா கிட்ட காசிருக்கு, உன்னால படிக்க முடியுது. உங்க அப்பா கீழ வேல பாக்குற பசங்களால ஏன் படிக்க முடியல. ஆனா அந்த வேலக்காரங்க உழைப்பில்லாம உங்க அப்பாவால அந்த காச சம்பாதிச்சிருக்க முடியாது. அவுங்க கிட்ட இருந்து உழைப்ப மட்டும் எடுத்துக்கிட்டு அவுங்க வாழ்க்கைய தர மறுக்குறீங்க. இதே போல உன்னோட குழந்தைங்க அதோட அடுத்த தல முற எல்லாம் வாழனுமா" என்றான் சலீமுல்லா.

சுகந்தி எதுவும் பேசவில்லை. மௌனமாக நதியின் ஓட்டத்தைப் பார்த்தபடி இருந்தாள். மாலையை கவர்ந்துகொண்டு இருள் படரத் தொடங்கியது. சலீமுல்லா போலாம் என்றான்.

விடுதியை அடைந்த சுகந்தி அவள் அறைக்குள் சென்று கதவைத் தாழிட்டுக்கொண்டாள். அவளால் எதுவும் யோசிக்க முடியவில்லை, விரைவாக உறங்கிப்போனாள். நாட்கள் இறுக்கமாக நகர்ந்தன. கல்லூரியில் அவள் சலீமுல்லாவை நேராகச் சந்திப்பதைத் தவிர்த்தாள். அவள் மிகவும் உற்சாகமற்று சோர்வாகக் காணப்பட்டாள். இரண்டு தினங்களாக கல்லூரிக்கு சுகந்தி வராததைக் கண்டு சலீமுல்லா அவள் விடுதிக்குச் சென்று பார்த்தான். சுகந்தி சுரம் கண்டு படுத்திருந்தாள். சலீமுல்லா அவளை மருத்துவரிடம் அழைத்துச் சென்றான். நான்கு நாட்களில் அவள் உடல்நலம் தேறினாள். வீட்டின் ஞாபகமும் கடம்பன், துடியின் ஞாபகமும் அவளைச் சூழ்ந்து கொண்டது. இரவுகளில் அழுதாள். கடம்பனைப் பார்க்க வேண்டுமென அவள் மனம் ஏங்கியது. முதல் வருடத்தைக் கடக்க இன்னும் நான்கு மாதங்களை அவள் தாண்ட வேண்டும். தினமும் நாட்களை எண்ணத் தொடங்கினாள். அது வழக்கத்தை விட மெதுவாக ஊர்ந்து செல்வதாக அவளுக்குப் பட்டது.

முதல் வருட வகுப்புகள் முடிவடைந்தன. சுகந்தி தேர்வுகளை முடித்திருந்தாள். எண்பது நாட்கள் விடுமுறை அறிவித்திருந்தனர். அவள் கடம்பனையும் துடியையும் காண புறப்பட்டாள். அவளால் கடம்பனோடு ஒரு நாள் கூட முழுதாகக் கழிக்க முடியாது. லண்டனிலிருந்து மெட்ராஸ் சென்று மீண்டும் லண்டனையடைய மட்டும் ஆறிலிருந்து எட்டு மாதங்கள் தேவைப்படும். அவளுக்கு ஒரு நொடி கடம்பனையும் துடியையும் பார்த்தால் போதும் என்றிருந்தது. கல்லூரிக்கு மேலும் இரண்டு மாதங்கள் விடுப்பு எழுதிக்கொடுத்தாள். கடல் மார்க்கமாக லண்டனிலிருந்து மெட்ராஸை அடைய குறைந்தபட்சம் நான்கு மாதங்கள் ஆகும். எனவே சாலை வழியாகப் பயணிக்க முடிவெடுத்தாள். பல நாட்டு எல்லைகளைக் கடப்பது பெரும் அபாயம் என்றாலும் அவள் மனது உறுதியாக அதைச் செய்ய முடிவெடுத்தது. அவளுக்கான அடையாள அட்டைகள் பணம் மற்றும் ஐந்தாறு

துணிகளை மட்டும் எடுத்துக்கொண்டு பயணத்தில் படிக்க முன்னர் சலீமுல்லா கொடுத்த சில புத்தகங்களை எடுத்து அவள் சிறு மூட்டையில் போட்டுக்கொண்டு பையைத் தோளில் மாட்டியபடி கிளம்பினாள்.

லண்டனிலிருந்து தொடரி மூலம் பிரிட்டனின் டோவர் நகரை (Dover town) அடைந்து அங்கிருந்து ஒருநாள் கடல் பயணத்தில் பிரான்ஸ் எல்லையை அடைய சுகந்தி திட்டமிட்டிருந்தாள். அங்கிருந்து தொடரி மூலம் பாரிஸைக் கடந்து பிரான்ஸ்-சுவிட்சர்லாந்து எல்லையைத் தாண்டி ஆஸ்திரியா, ஹங்கேரி வழியாக ரோமானியா, பல்கேரியாவைத் தொட்டு துருக்கியின் கான்ஸ்டாண்டிநோபுலை அடைய எண்ணியிருந்தாள். மீண்டும் துருக்கி மார்கமாக ஈரான், ஆப்கானிஸ்தானைக் கடந்து பிரிட்டன் இந்தியாவிற்குள் நுழைந்து டெல்லி, மும்பை வழியாக மெட்ராஸ் சென்ட்ரல் செல்லத் தீர்மானித்திருந்தாள்.

மொத்தமாக அறுபத்தியிரண்டு பயண நாட்கள் ஆகும் என யூகித்தாள். ஒவ்வொரு நாட்டின் எல்லையைக் கடக்கும் போதும் ஒரு நாள் அல்ல இரண்டு நாட்கள் காத்திருக்க வேண்டியிருந்தது. அந்த நாட்களில் எல்லைகள் அருகிலிருக்கும் விடுதிகளில் சிறிது நேரம் தங்கி ஓய்வெடுப்பாள். அடுத்த பயணத்திற்கு அவளுக்கு தேவையான உணவுப் பொருட்கள் அனைத்தையும் அங்கேயே வாங்கிக் கொள்வாள். சில நாட்டு எல்லைகளில் எந்த விடுதிகளும் இருக்காது. அந்த எல்லைகளைக் கடந்து நகரத்திற்குள் வந்தவுடன் அங்கு சில மணி நேரம் தங்கி ஓய்வெடுத்துக்கொண்டும் சுத்தம் செய்துகொண்டும் மீண்டும் பயணத்தைத் தொடங்குவாள்.

மத்திய கிழக்கை அடைந்தவுடன் வெப்பம் அவளைச் சுட்டெரித்தது. பல நூறு கிலோமீட்டர்கள் அலை அலையாக செல்லும் வறட்சியான பாலைவனங்களைக் கடந்து கண்களுக்கு ஒன்றும் தெரியாது. சூரிய ஒளி மணலில் பிரதிபலித்து கண்களை எரித்து விடும். உடலின் மொத்த ஆற்றலும் ஆவியாக வெளிவந்துவிடும். துருக்கியின் பாலைவனங்கள் ஒரு மாயமாக எல்லையின்றி நீண்டு கொண்டே சென்றன. காலையில் எரித்த வெப்பத்துக்கு மாறாக இரவு உடலை உறைய வைக்கும் குளிர் வாட்டும். எத்தனை கம்பளிகளைப் போர்த்தினாலும்

உடலின் நடுக்கத்தை தடுக்க முடியாது. குருதியைச் சில்லிட்டு உறைய வைக்கும் காற்று அவள் உடலைக் கிழித்துக்கொண்டு ஊடுருவும். அவளுடைய மாதவிடாய் நாட்கள், உடல் சோர்வுகள், மன சோர்வுகள், வலிகள் அனைத்தையும் கடம்பனின் நினைவைக் கொண்டே கடந்தாள். எதுவாலும் அவள் பயணத்தை முடக்க இயலவில்லை. துருக்கியைக் கடந்தவுடன் தொடரிப் பயணம் அறுந்து போனது. ஈரான் மற்றும் ஆப்கான் சாலைகளை, மலைத் தொடர்களை பேருந்து, மாட்டு வண்டி உதவியோடு கடந்தாள். ஈரான் பேருந்தில் பெண்கள், ஆண்கள் தனித்தனியாக தடுப்புகள் கொண்டு பிரித்து உட்கார வைக்கப்பட்டிருந்தனர். ஒருவர் நிற்கும் இடத்தில் பத்து பேர் நின்றார்கள். வியர்வை, புழுதி, நாற்றம், வெயில், குளிர்களைக் கடந்து பல மணி நேரங்கள் தொடர்ந்து நிற்க வேண்டும். அபாயமான மலைப் பள்ளத்தாக்கில் பேருந்துகள் பல நாட்கள் நத்தை போல் ஊர்ந்து செல்லும். எல்லையில்லா மலைத் தொடர்கள், வறட்சி நிலங்கள் விரிந்துகொண்டே சென்றன. ஆப்கானைக் கடந்து காபுல், இஸ்லாமாபாத் வழியாக டெல்லியை அடைந்தாள்.

கிட்டத்தட்ட எழுபத்தெட்டு நாட்கள் பயணத்தில் சுகந்தி மெட்ராஸ் சென்ட்ரல் வந்து சேர்ந்தாள். சென்ட்ரலை அடைந்த சுகந்தி சிறிது நேரம் கூட தாமதிக்காமல் குதிரை வண்டி பிடித்து கடம்பனின் மாளிகையை அடைந்தாள். சுகந்தியைப் பார்த்த ஊழியர்கள் வேகமாக விரைந்து வந்தார்கள். யாரிடமும் அவள் பேசவில்லை. நேராக மாளிகைக்குள் சென்று கடம்பனை அழைத்தாள். வேலையாட்கள் கடம்பன் இல்லை எனவும் துடியுடன் பாண்டிச்சேரிக்கு சென்றிருப்பதாகவும் கூறினார்கள். சுகந்தி விரக்தியில் கத்தினாள். மூட்டைகளைத் தூக்கி எறிந்தாள். வேலையாட்கள் கடம்பனுக்கு தகவல் அனுப்புவதாகச் சொன்னார்கள். சுகந்தி தானே கிளம்புவதாகச் சொன்னாள். கடம்பன் எங்கு இருப்பார் எனத் தெரியவில்லை அதனால் நான்கைந்து ஆட்களை வெவ்வேறு இடத்திற்கு அனுப்பலாம், இரவுக்குள் அழைத்து வந்து விடலாம், நீங்கள் காத்திருப்பது தான் சரியாக இருக்குமென வேலையாட்கள் வற்புறுத்தினார்கள். சுகந்திக்கு வேறு வழியில்லை அமைதியானாள். ஆட்கள் சென்றார்கள்.

இரவு சென்ற ஆட்கள் மட்டுமே திரும்பினார்கள், கடம்பன் வரவில்லை. சுகந்தி என்ன என்றாள். கடம்பனைப் பார்த்து தகவல் கொடுத்தோம். அவர் இப்போது வர இயலாது, உங்களைப் பார்க்க விரும்பவில்லை என்றுவிட்டார் என சொன்னார்கள். அவள் மௌனமாக அவள் அறைக்குள் சென்று விட்டாள். அவள் செவியில் விழுந்த வார்த்தைகளை உண்மையென அவளால் ஏற்றுக்கொள்ள முடியவில்லை. அந்த வார்த்தைகள் பெரிய கூர் நகங்கள் கொண்ட பிசாசு போல் வந்து அவளைப் பிளந்தன. ஐரோப்பிய குளிரும் ஆசிய வெப்பமும் அவளை உருக்குலைக்கவில்லை. கடம்பனின் வார்த்தைகள் அவளை சில்லு சில்லாக உடைத்தெறிந்தன. அவள் கால்கள் நிற்கும் பலத்தை இழக்க தொடங்கின. தரையில் விழுந்து ஓ …வென உடைந்து கதறி அழுதாள். அந்த இரவு அவளுக்கு விடியுமென்ற நம்பிக்கையைக் கொடுக்கவில்லை. அவள் வாழ்வின் பிடிப்பு, அர்த்தம் எதுவென அவள் நம்பி இருந்தாளோ, யாருக்காக வாழ்கிறோம் என நம்பியிருந்தாளோ அது மொத்தமும் கானல் நீர் போல தோன்றிற்று. இரவு முழுக்க அவள் கண்ணில் நீர் வடிவது நிற்கவில்லை. அவள் மெதுவாக மயங்கி உறங்கிப்போனாள்.

சூரிய ஒளி அவள் அறையை நிரப்பியது. கண்ணாடியில் அவள் முகத்தைப் பார்த்தாள். மெதுவாகப் புன்னகைக்க முயற்சித்தாள். அவளின் பிம்பம் வேறு யாரோ போல் தெரிந்தது. பழுப்பேறிய முடிகள், மஞ்சள் படிந்த முகம், கருமை பூத்த விழிகளுக்குப் பின் அவளின் ஓடியாடிய சிரித்த முகம் எங்கோ மறைந்து கொண்டதாக அவளுக்குப் பட்டது.

நீண்ட நேரம் அவளுடலில் நீரை வழிந்தோட விட்டாள். வழிந்தோடிய நீர் அவள் மனதின் இறுக்கத்தை அடித்துச் சென்று வலிமையை விட்டுச் சென்றது. அவள் தோள்கள் மீண்டும் மூட்டையை சுமந்தன. கால்கள் மீண்டும் லண்டன் நோக்கிப் பயணிக்கத் தொடங்கின.

மறுமுனையில் சுகந்தி லண்டனுக்குப் படிக்கச் சென்ற இரண்டு மாதங்களில் துடி தனிமையின் ஏக்கம் கண்டான். சுரத்தால் படுத்து விட்டான். அவன் உடலைத் தேற்றுவது மிகவும் சிரமமாகப் போயிற்று. மருத்துவர்கள் அவனுக்கான சூழலை

மாற்றும்படி சொன்னார்கள். கடம்பன் மூன்று வயதுத் துடியை தூக்கிக்கொண்டு அவன் அம்மாவிடம் சென்றான். சேரி சூழல் துடிக்கு ஆரம்பத்தில் ஒத்துக்கொள்ளவில்லை. அடிக்கடி நோய் கண்டான். நாட்கள் செல்ல அவன் அந்தச் சூழலுக்குப் பழகிப்போனான். அவன் அம்மாவை மறந்து போனான். லண்டனுக்கு உடனே திரும்பும் சுகந்தியை துடி பார்ப்பதை கடம்பன் விரும்பவில்லை. வந்த ஆட்களுடன் செல்வதை தவிர்த்துவிட்டான்.

தொண்ணூறு நாட்கள் பயணத்தில் சுகந்தி மீண்டும் லண்டனை அடைந்தாள். பயணத்தின் முதல் மூன்று, நான்கு நாட்கள் வெறுமையும் கோபமும் அழுகையும் ஏமாற்றமும் அவளை அலைக்கழித்தன. மெதுவாக அவள் இயல்பிற்குத் திரும்பினாள். தான் யார், என்ன செய்து கொண்டிருக்கிறோம், என்னவாகப் போகிறோம் எனச் சிந்தித்தாள். இதுவரை அவள் கண்கள் கவனித்திராத காட்சிகள் அவள் கண்களில் பட்டன. இந்திய கிராமங்கள் அனாதையாகக் கிடந்தன. நகரம் எங்கும் சேரிகளே விரிந்திருந்தது. சேரிகள் அருகில் உயர்ந்த மாளிகையும் ஆடம்பரக் கோபுரங்களும் நின்று கொண்டுதான் இருந்தன. சேரிகளில் பத்து பேர் வாழ வேண்டிய இடத்தில் நூறு பேர் வாழ்ந்து கொண்டிருந்தனர். நூறு பேர் வாழும் வசதியுடைய மாளிகையில் ஒருவர் ஆடம்பரமாக வாழ்ந்து கொண்டிருந்தார். கிராமங்களும் வயல்களும் பல ஏக்கருக்கு பச்சையாக பூத்துக் குலுங்கினாலும் அனைத்து எல்லைகளைக் கடக்கும்போதும் நகரங்களுக்குள் பயணிக்கும்போதும் பசியால் வாடிய மக்கள் கூட்டம் பிச்சை எடுத்தபடிதான் திரிந்தது. நோயும் பிணியும் பிடித்த வறட்சியான கண்களே சுகந்தியை நோக்கிக் கை ஏந்தி நின்றன. எல்லைகள் கடந்து மக்களின் மொழிகளும் தோற்றமும் மாறினாலும் அவர்களுடைய காட்டுமிராண்டி வாழ்க்கை ஒன்றாகவே இருந்தது. போர்களும் சுரண்டல்களும் அழிவுகளும் எந்தத் தடையுமில்லாமல் சகஜமாக நடந்து கொண்டிருந்தன. அவள் கடந்த இந்தப் பத்தாயிரம் கிலோமீட்டர் இடைவெளியில் ஐம்பது இடத்திற்கும் மேலாகப் போர் அறிவிப்புகள் விடுக்கப்பட்டிருந்தன.

அவள் லண்டன் விடுதியை அடைந்தாள். அடுத்த நாள் வகுப்பிற்குக் கிளம்பினாள். இரண்டரை மாத வகுப்புகள்

முடிந்திருந்தன. அவள் கல்லூரிக்குள் நுழையும்போது வழக்கம் போல் மாணவர்கள் பெண்களுக்கு எதிராக கோஷங்களை எழுப்பிக்கொண்டும் ஆபாச வார்த்தைகளைப் பேசிக்கொண்டும் கழிவுகளை வீசி எறிந்துகொண்டும் இருந்தனர். இந்த முறை சுகந்தி பயப்படவில்லை. நேராக அந்த மாணவர் கூட்டம் முன் சென்று நின்றாள். அவள் கண்ணில் எந்த பயமும் இல்லை. அவள் மேல் வந்து விழுந்த தக்காளிகளும் அழுகிய கிழங்குகளும் அவளை மிரள வைக்கவில்லை.

"உங்கள் வெற்று கோஷங்களாலும் எங்கள் மீது வீசப்படும் எந்த அசிங்கத்தாலும் எங்களை வீழ்த்த முடியாது. மாறாக எங்களை அது வலிமையாக்கிக்கொண்டே செல்லும். வரலாறு முழுக்க உங்கள் ஆபாச வார்த்தைகள் பொறிக்கப்பட்டு அதன் மேல் நாங்கள் எங்கள் உரிமைகளைப் பெற்று சிம்மாசனமிட்டு அமர்வோம்." மாணவர்களின் கூச்சல்களை கிழித்துக்கொண்டு சுகந்தியின் குரல் எதிரொலித்தது.

"எங்கள் உரிமைகளை நாங்கள் உங்களிடம் கேட்க வேண்டியதில்லை. அதை எங்களால் பறித்துக்கொள்ள முடியும்."

சுகந்தியின் பேச்சு பேச்சாக இல்லை அது ஒரு முழக்கமாகக் கேட்டது. அவள் பேச்சைக் கேட்ட சில பெண்கள், மாணவர்கள் அவள் பின் ஒரு சிறு கூட்டமாகக் கூடினர். அவள் அவளுக்குள் இருக்கும் நெருப்பைக் கண்டுகொண்டாள். அவள் இலக்கு எது என்பதைத் திடமாக உணர்ந்துகொண்டாள்.. அவளின் தொடர் முழக்கங்கள் அதிர்வைக் கிளப்பி விண்ணை முட்டின.

7

வகுப்பை அடைந்த சுகந்தி சலீமுல்லாவைத் தேடினாள். அவனை எங்கும் காணவில்லை. அவனைப் பற்றி சக மாணவர்களிடம் கேட்டாள். அவன் கடந்த ஒரு மாதத்திற்கு மேல் வரவில்லை என்றனர். அவனைப் பற்றிய நினைவுகள் அவளை நிறைத்தன. நாட்கள் நகர்ந்தன. அவள் பாடத்தில் கவனத்தைச் செலுத்தினாள். பெரும்பான்மையான நேரத்தைக் கல்லூரி நூலகத்தில் கழித்தாள். அரிதாக அவள் கண்ணில் பட்ட ஒரு நூலை எடுத்தாள். அதில் உரிமைக்காகவும் அடக்குமுறைக்கு எதிராகவும் கிளர்ந்த பெண் புரட்சியாளர்கள் பற்றிய குறிப்புகள் கொடுக்கப்பட்டிருந்தது. இந்திய பிராந்தியத்தைப் பற்றிய தகவல்களைப் படிக்கும் போது ராணி வேலு நாச்சியார், அவரின் தளபதி குயிலியைப் பற்றி ஒரு பக்கத்திற்கு எழுதப்பட்டிருந்தது. கிட்டூர் ராணி சென்னம்மா, ராணி லக்ஷ்மி பாய், ராணி ஜிந்தன், சாவித்திரிபாய் புலே, தாராபாய் ஷிண்டே, காமினி ராய் போன்றவர்களைப் பற்றியும் அதில் குறிப்பிடப்பட்டிருந்தது.

ஒருநாள் வழக்கம்போல் நூல்களுக்குள் தன்னை ஆழ்த்திக்கொண்டிருந்தாள்.

"என்ன ப்ரிஸ்டல் வளாகம் முழுக்க உங்க பேரதா சொல்லுது."

குரலைக் கேட்டுத் திடுக்கிட்டு தலையை உயர்த்தினாள். சலீமுல்லா நின்று கொண்டிருந்தான்.

"ஏ எப்போ வந்த? இவ்வளவு நாள் எங்க போன?"

"சும்மாதா ஒரு வேலையா பாரிஸ்ல இருந்த. சரி வா தேநீர் குடிக்கலாம்" என அழைத்தான் சலீமுல்லா.

சுகந்திக்கு அவனை மீண்டும் பார்த்ததில் பெரும் மகிழ்ச்சி. அது ஒரு பாதுகாப்பு உணர்வைக் கொடுத்ததுபோல் உணர்ந்தாள். சலீமுல்லா உற்சாகமானவன். அவன் ஒய்யாரமாக யாருக்கும் அடிபணியாத புலியைப்போல் கைகளைக் காற்றில் வீசி சுகந்திக்கு முன்னால் நடந்து சென்றான். சுகந்திக்கு அவனை ஒரு வருடமாகத் தெரியும். ஆனால் அவனை இப்போது தான் கவனித்தாள். அவன் தலைமுடிகள் சுருட்டையாக இருந்தன. அவன் இடது பக்க தாடையில் காதிறக்கத்தின் கீழ் ஒரு கடுகளவு சிவந்த மச்சம் இருந்தது.

"அப்பறம் எப்போ ஊர்லந்து வந்த?"

"நா வந்து ஒரு மாசத்துக்கு மேல இருக்கும். நீ தா ஆளையே காணோம்."

"அதா வந்துட்டேனே."

அவர்களின் உரையாடல் பெரும்பாலும் வங்கத்தில் தான் இருக்கும். அவர்களுக்கான தேநீர் வந்தது.

"சரி திரும்ப ஏதாவது கூட்டம் இருந்தா சொல்லு போலாம்."

"போலாம் அது அடிக்கடி நடக்கும். ஆனா போலீஸ் வந்தா நா பொறுப்பில்ல."

சுகந்தி இதைக் கேட்டுவிட்டு வெட்கத்தில் சிரித்தாள். அவள் பேச்சில் இப்போது ஒரு தெளிவிருந்தது. அன்று கல்லூரி முடிந்த பிறகும் இரவு வரை ஏதேதோ பேசிக்கொண்டே இருந்தார்கள்.

நாட்கள் நகர்ந்தன. இருவரும் நெருக்கமானார்கள். நிறையக் கூட்டங்களுக்கு சலீமுல்லா சுகந்தியை அழைத்துச் சென்றான். கூட்டத்தின் பழக்க வழக்கங்கள் அவளுக்கும் பழகிப்போனது.

அவள் ஒருமுறை கூட்டத்திற்குச் சென்றபோது ரைஸ் எனக் குரல் கேட்கவும் அவளும் சட்டென அவள் கையை லேசாக உயர்த்தி ரைஸ் எனக் கூறினாள். கூறிய பிறகுதான் அவளே அவள் கூறியதை உணர்ந்தாள். பின்னால் நின்ற சலீமுல்லாவை வேகமாகத் திரும்பிப் பார்த்தாள். அவனும் கவனித்திருந்தான். அவள் முகத்தை சிறு புன்னகையுடன் வெட்கமும் வந்து கவ்விக்கொண்டது. நாளாக அவளும் சிறு சிறு கூட்டங்களில் பேசத் தொடங்கினாள்.

இரண்டாம் கல்வியாண்டு முடிவடைந்திருந்தது. இந்த முறை சுகந்தி இந்தியா செல்லவில்லை. படிப்பை முழுதாக முடித்துவிட எண்ணியிருந்தாள்.

லண்டன் கோபுர அருங்காட்சியகத்தில் கண்களால் நம்ப முடியாத உலகத்தின் நவீனமான காட்சிகளை திரையிடப் போவதாக நிர்வாகம் அறிவித்திருந்தது. ஒளி, ஒலி அமைப்புடன் முதல் முறையாக இயங்கப்போகிறது எனவும் கூறி இருந்தனர். அதைப் பார்க்கப் போகலாம் என்று சலீமுல்லா சுகந்தியை அழைத்தான். நுழைவுச் சீட்டை வாங்கிக்கொண்டு இருவரும் உள்ளே சென்றனர். அறுநூறு சதுர அடியில் பிரம்மாண்டமான திரை அமைக்கப்பட்டிருந்தது. முந்நூறு இருக்கைகளும் நிரம்பி வழிந்தன. சலீமுல்லாவும் சுகந்தியும் அவர்களுக்கான இருக்கையில் சென்று அமர்ந்தார்கள். எதிர்பார்ப்பில் மக்கள் உற்சாகமாகவும் அவர்களுக்குள் கேலி கிண்டலுமாகக் கத்திக்கொண்டிருந்தனர். வண்ணமயமான அழகிய விளக்கொளியில் அரங்கம் அலங்கரிக்கப்பட்டிருந்தது. மக்களின் சிரிப்பையும் கூச்சல்களையும் அடக்கியபடி ஒலிபெருக்கி ஒலித்தது. நிர்வாகத்தின் தலைவர் மேடையில் பேசத் தொடங்கினார். “இப்போது நாம் பார்க்கவிருப்பது முழுக்க உண்மையாக படம் பிடிக்கப்பட்ட காட்சிகள். சில காட்சிகளில் நடிகர்கள் ஒப்பனையில் தோன்றுவார்கள். எந்த ஒரு மேடை மாயாஜாலமும் இருக்காது. நவீன ஒலி வடிவமைப்பால் காட்சிக்கு ஏற்றவாறு ஒலிகள் கொடுக்கப்படும். பரவசத்தோடு கண்டு களியுங்கள். நன்றி” எனக் கூறிவிட்டு நகர்ந்தார்.

கூட்டம் மீண்டும் உற்சாகமாகக் கைதட்டிக் கத்தியது. அரங்கின் ஒளி விளக்குகள் அனைத்தும் அணைந்தன. பட வீழ்த்தி

ஒளியை திரையில் பாய்ச்ச வெண்மையும் கருமையுமாக மெதுவாக திரை விரிந்தது. அதனுடன் மெல்லிய ஒலிகளும் மேலெழும்பின. கூட்டம் அடங்கி அமைதியாகத் திரையை கவனிக்கத் தொடங்கியது. திரையில் ஒரு சமையலறையில் மனைவி சமைத்துக்கொண்டிருந்தாள். வேட்டைக்குச் சென்ற கணவன் சாக்குப்பையில் இரண்டு முயல்களை எடுத்து வந்திருப்பதாக மனைவியிடம் கூறினான். மனைவி சாக்கை திறந்து பார்த்தவுடன் ஆ...வென பயத்தில் அலறினாள். சாக்கில் வெட்டப்பட்ட மனிதக் கையொன்று இரத்தம் சொட்டச் சொட்ட இருந்தது. அலறலை கேட்ட கணவன் சமையலறைக்கு ஓடி வந்து பார்த்தான். அந்தக் கையை எடுத்தான். திடீரென அவனின் வலதுகை துண்டாகி அந்த இடத்தில் இரத்தம் கொட்ட ஆரம்பித்தது. பயத்தில் இருவரும் கத்தியபடி ஓடினர். திரையைப் பார்த்துக்கொண்டிருந்த கூட்டத்திற்கு திகில் பற்றிக்கொண்டது. வெட்டிக்கிடந்த அந்தக் கை மெதுவாக நகரத் தொடங்கியது. அது திரைக்கு நேராக கூட்டத்தைப் பார்த்து வந்தது. திகிலைக் கிளப்பும் ஒலி அதன் உச்சத்தை அடைந்து சட்டென நிசப்தத்தைப் பரப்பியது. அரங்கம் முழுக்க நிசப்தம் வழிய திரையின் முன் முழுதாக ஒரு வெட்டப்பட்ட தலை வந்து கத்தியபடி ஆடியது. திகிலடைந்த மக்கள் கூட்டம் அலறிக்கொண்டு கத்தியது. சலீமுல்லாவும் திடுக்கிட்டுக் கத்தியபடி சுகந்தியைப் பார்த்தான். ஒரு நொடிக்குப் பிறகு முட்டாளாக்கப்பட்டோம் என கூட்டம் கலகலவென சிரிக்க தொடங்கியது. சுகந்தியும் வாய்விட்டுச் சிரித்தாள். சலீமுல்லாவிற்கு கூச்சமாகிவிட்டது. திரையில் தொடர்ந்து வித வித காட்சிகள் வந்து போயின. ஒரு சிறு கருமைக்குப் பின்னர் தொடர் வண்டியின் ஓசை தூரத்திலிருந்து அருகில் வருவது போன்ற ஒலி எழுப்பப்பட்டது. சட்டென திரை விரிய ஒரு தொடர் வண்டி மக்களை நோக்கி வேகமாக வந்தது. உண்மையான தொடரி அரங்கத்திற்குள் வருவதாக நினைத்துக்கொண்டு முன் வரிசை மக்கள் கத்தியபடி பதட்டத்தில் பின்னோக்கியும் அங்குமிங்கும் ஓடி வந்தார்கள். கூட்டம் மிரண்டு ஒன்றோடு ஒன்று முட்டி மோதிக்கொண்டது. சுகந்தியும் சலீமுல்லாவும் எழுந்து செல்ல முற்பட கூட்டம் சுகந்தியை சலீமுல்லா மேல் சாய்த்து இருவரையும் கீழே தள்ளியது.

கூச்சலும் களிப்பும் வியப்பும் கலந்த மனநிலையோடு காட்சி முடிந்தவுடன் மக்கள் வெளியேவந்தார்கள். சுகந்தியும் சலீமுல்லாவும் இரைச்சலைக் கடந்து வெளியேவந்து அமைதியான இடத்தில் சிரித்தபடி நடந்து சென்றார்கள்.

இரவு உணவிற்காக உணவகம் சென்றனர். சலீமுல்லா அந்த மெழுகு மஞ்சள் ஒளியில் சுகந்தியைப் பார்த்து அவனுக்கு அவளைப் பிடித்திருப்பதாகச் சொல்லி அவள் உதட்டில் முத்தத்தைப் பதிக்க மெதுவாக முன் சென்றான். சுகந்தி நெருங்கிய சலீமுல்லாவை மெல்லிய சிரிப்போடு நிறுத்தி, சற்றே விலகிக்கொண்டாள். அவள் புன்னகையை மட்டுமே வெளிப்படுத்தினாள். சிறிது நேரம் கழித்து "உனக்கு தெரியுமா, எனக்கு திருமணம் ஆய்டிச்சி ஒரு கொழந்தையு இருக்கு. அவுங்க எனக்காகக் காத்திருக்காங்க சலீமுல்லா" என்றாள். அவன் முதலில் சுகந்தி விளையாடுகிறாள் என நினைத்தான். பின்னர் புரிந்து கொண்டான்.

"அப்பாதான் மெட்டிலா ஊருக்கு வந்தவுடனே போட்டுக்கலாம். இங்கு அது பிரித்து காட்டும்னு சொன்னாரு."

"சரி விடு. நா தான் தாமதமாக வந்திருக்கேன். எனக்குத்தான் அதிர்ஷ்டமில்ல போல" எனச் சொல்லி சிரித்தான். அவன் சிரிப்பில் சிறு ஏமாற்றமும் வருத்தமும் தெரிந்தது. ஆனால் சிறிது நேரத்தில் மீண்டும் பழைய படி உற்சாகமாகிவிட்டான். சுகந்தியை அவள் விடுதியில் விட்டுவிட்டுக் கிளம்பினான். சுகந்தி அவள் அறையை அடைந்தாள். அவளைக் கடம்பனின் நினைவு சூழ்ந்து கொண்டது. அவன் மீது அவளுக்கு எந்தக் கோபமும் இல்லை. அவனைப் பிரிவதாக எண்ணினாள். கடிதம் எழுதலாம் என அவளின் ஏட்டை எடுத்தாள். ஆனால் எழுத மனம் வரவில்லை. நீண்ட நேரம் பேனாவைப் பார்த்து யோசித்தபடியே இருந்தாள். எதுவும் எழுதாமல் ஏட்டை மூடிவிட்டு உறங்கினாள்.

காலம் வேகமாகச் சுழன்று மூன்று வருடத்தை முடித்தது.

"இனி என்ன பண்ணப் போற?"

"என்ன பண்ணப் போறனா. தெரியல நிறைய செயல்படனும்னு தோனுது. ஆனா எப்படி ஆரம்பிக்கிறதுனு தெரில. முதல ஊருக்குப் போனும். மத்ததப்பத்தி அப்பறமா தான் யோசிக்கனும். சரி நீ என்ன பண்ணப் போற. நீ எங்க இருப்ப. உன்ன இனி எப்படி பாக்கறது" என சுகந்தி கேட்டாள்.

"நா கல்கத்தா போறேன். இனி அங்கதான் இருப்பேன். பத்திரிக்கை ஆரம்பிக்கப் போறேன். என்னோட மனசுக்கு சரினு படுறத மக்கள் கிட்ட பேசனும். மேட போட்டு மட்டும் எல்லா நேரமும் கத்த முடியாது. பேனா தான்... பேனா தான் சரியான வழி. என்ன கண்டுபிடிக்கிறது சுலபம். கல்கத்தாவுக்கு வந்து வங்கத்தோட நவாப் யாருனு கேட்டா எல்லாரும் சொல்லுவாங்க, அது இந்த சலீமுல்லானு."

அவனின் உற்சாகத்தை சுகந்தி தடுக்க விரும்பவில்லை. அவன் மிகவும் உயரமாகக் காணப்பட்டான். சுகந்தி அவள் கண்கள் விரிய அவனை அமைதியாகப் பார்த்துக்கொண்டே இருந்தாள். "நீ வந்தா உனக்கு ஒரு முக்கிய பதவி தரேன், ஞாபகத்துல வச்சிக்கோ" என்றான்.

அன்று சுகந்தியும் சலீமுல்லாவும் பிரிந்தார்கள். ஏதோ ஒரு பிணைப்பு அவனோடு இருப்பதாக அவள் உணர்ந்தாள். அவளின் கல்லூரி நாட்களை அர்த்தமுள்ளதாக மாற்றியவன் சலீமுல்லா. அவன் பிரிந்து சென்றவுடன் அவள் இதயம் உணர்வற்று கனத்தது.

சுகந்தி மெட்ராஸ் துறைமுகத்திற்கு கப்பலேறினாள். இந்த முறை கப்பல் வந்தடைய ஐந்து மாதத்திற்கு மேல் ஆனது. கடம்பனின் மாளிகையை அடைந்த சுகந்தியைப் பார்த்த வேலையாட்கள் மகிழ்ந்தனர். அவள் கையில் இருக்கும் பெட்டிகளை வாங்கிக்கொண்டு உள்ளே அழைத்துச் சென்றனர். கடம்பன் பயிற்சியில் இருப்பதாகச் சொன்னார்கள். சுகந்தி அவனை அழைக்க வேண்டாம், பயிற்சி முடித்துவிட்டு வரட்டும் என்றாள். அவள் மாளிகைக்குள் சென்று துடியைத் தேடினாள். ஆனால் அவனை எங்கும் காணவில்லை. சரி கடம்பன் வரட்டும் என அவர்கள் அறையில் காத்திருந்தாள். இரண்டு மணி நேரம் கழித்து கடம்பன் வந்தான். அறைக்

கதவு திறக்கும் சத்தம் கேட்டு சுகந்தி அவள் இருக்கையில் இருந்து எழுந்து நின்றாள். அங்கு சுகந்தியை எதிர்பார்க்காத கடம்பன் ஒரு நொடி திடுக்கிட்டான். அவன் வாயிலிருந்து எந்த வார்த்தையும் வரவில்லை. காட்டுப் பச்சை நிறப் புடவையில் சுகந்தி அசைவற்று சிலை போல் நின்றாள். கடம்பன் தாழ்ந்த குரலில் திரும்ப எப்பப் போகனும் என்றான். அவள் எதுவும் பேசவில்லை. மௌனமாகவே நின்றாள். அறையில் எந்த அசைவும் இல்லை. கடம்பன் சட்டென முன் வந்து அவளை வாரி அணைத்தான். அவளின் முகத்தைத் தூக்கி கண்களைப் பார்த்தான். அவள் கண்கள் கலங்கியிருந்தன. திரும்பப் போயிடாத என அவன் முணுமுணுத்தான். அவர்களின் அணைப்பு இறுகியது. கடம்பனின் வியர்வை நெடி சுகந்தியை போதைக்குள்ளாக்கி கிறங்கடித்தது. அவளின் முந்தானை கீழே சரிய அவளும் அவன் மேல் சரிந்தாள்.

அடுத்த நாள் மதியம் சுகந்தி துடியைப் பார்க்க பாண்டிச்சேரி கிளம்பினாள். துடியை கடம்பனின் தாயார்தான் வளர்த்து வருகிறாள். சேரியை அடைந்த சுகந்தி விசாரித்துக்கொண்டு உள்ளே சென்றாள். இரண்டு மூன்று சிறுவர்களுடன் துடியும் அங்கு தேங்கி இருந்த குட்டையில் விளையாடிக் கொண்டிருந்தான். அவன் அழுக்கும் புழுதியும் படிந்த கோதுமை செடி போல் நெடுநெடுவென வளர்ந்திருந்தான். அவன் அருகில் சென்ற சுகந்தியை துடியால் அடையாளம் கண்டுகொள்ள முடியவில்லை. சுகந்தியைப் பார்த்த அக்கம்பக்கத்தினர் அவளைச் சுற்றிக் கூடினார்கள். யாரோ வெள்ளைக்காரர்கள் வந்திருப்பதாக நினைத்தார்கள். கடம்பனின் அம்மாவும் அங்கு வந்தாள். துடியை அவள் இடுப்பில் தூக்கிக்கொண்டாள். சுகந்தி நான் கடம்பனின் என சொல்லத் தொடங்கியவுடன் கடம்பனின் அம்மா புரிந்து கொண்டாள். மகிழ்ச்சியில் சுகந்தியின் முகத்தை அவள் கையால் வருடினாள்.

"இவுங்க எங்க வீட்டுப் பொண்ணு. ஒன்னுமில்ல போங்க" என மற்றவர்களைப் பார்த்துச் சொன்னாள். அவளுக்குப் பதட்டத்தில் கை கால் புரியவில்லை. சுகந்தியின் கையைப் பிடித்து வேக வேகமாக அவள் குடிசைக்கு அழைத்துச் சென்றாள். துடியைச் சீண்டி உங்க அம்மா வந்திருக்கா போடா என்றாள். துடி பயத்தில் முரண்டு பிடித்தான். சுகந்தி

இயலாமையால் அவனே வருவான் நீங்க கீழ விடுங்க என்றாள். கீழே இறங்கிய துடி வெளியே வேகமாக ஓடி விட்டான். அவனின் ஆயா அதட்டிக் கொண்டே விரட்டிச் சென்றாள். பன்னிரண்டு அடிக்கு பன்னிரண்டு அடி குடிசைக்குள் சிறு தடுப்பு ஏற்படுத்தப்பட்டு சிறிதாக சமையல் கட்டு மட்டும் பிரிக்கப்பட்டிருந்தது. அழுக்கும் புழுதியும் நாற்றமும் கலந்த குடிசைக்குள் சுகந்தி ஒரு ஓரமாக அமர்ந்தாள். அவன் ஓடிட்டாமா திரும்ப வருவான். நீ ஏதாவது சாப்டு என சொல்லியபடியே மீண்டும் அவள் வெளியே ஓடினாள். இரண்டு நிமிடம் கழித்து ஒரு கையில் தேநீரும் மறு கையில் சர்பத்தும் வாங்கி வந்தாள். நீங்கலான் என்ன சாப்டுவீங்கன்னு தெரியல என்றாள். சுகந்தி புன்னகைத்தாள். பரவால்ல என்றாள். தேநீரை வாங்கிக்கொண்டாள். இன்று இங்கேயே தங்கிக் கொள்வதாக சொன்னாள்.

"கடம்பனே இங்க வந்தா தங்காது நீ தங்குவியா மா. ராத்திரில கொசு புடுங்கும்."

"பரவால்ல பாத்துக்கலாம்."

இரவு கடம்பனின் அம்மா சுகந்திக்கு இட்லி சுட்டுக் கொடுத்தாள். இட்லி வாசத்தைப் பிடித்துக்கொண்டு துடி வாசல் பக்கம் வந்து ஓரமாக நின்றான். சுகந்தியைப் பார்த்து உள்ளே வரவில்லை. குடிசையின் ஒரு மூலையில் படுத்தாள் சுகந்தி. அவள் மேல் ஒரு கொசு வலையைப் போர்த்திவிட்டாள் கடம்பனின் அம்மா. அவளும் மறுமூலையில் படுத்துக் கொண்டாள். துடி அவள் அருகே சென்று ஒட்டிக் கொண்டான். கடம்பனின் தந்தை இரண்டு வருடம் முன் தட்டம்மை கண்டு இறந்திருந்தார்.

"நீங்க மட்டும் ஏன் இங்க இருக்கீங்க. கடம்பனோட வந்துடலாமில்ல?"

"என்ன யாரும் கூப்பிடலமா. நானே என்னத்த வரது" என அரைத் தூக்கத்தில் முணுமுணுத்தாள். சோர்வில் உறங்கிப்போனாள்.

கொசுக் கடியில் உருண்டு கிடந்த துடியை வாரி இழுத்து சுகந்தி அவள் அருகே கிடத்தினாள். ஆன்ன்... என கத்திய துடியை டேய் கம்முனு படுடா என அதட்டினாள். விரைவில் இருவரும் உறங்கிப் போனார்கள்.

காலையில் துடியை அழைத்துக்கொண்டு ஊருக்குப் போவதாக சுகந்தி சொன்னாள். துடி பயந்து அழத் தொடங்கினான். வேறு வழி இல்லாமல் அடுத்த முறை கடம்பனுடன் வந்து எல்லோரையும் அழைத்துப் போவதாகச் சொல்லிப் புறப்பட்டாள்.

மாளிகையை அடைந்த சுகந்தி அடுத்த நாள் அவள் மிதி வண்டியை எடுத்துக்கொண்டு மெட்ராஸைச் சுற்றி வந்தாள். எந்த மாற்றமும் ஏற்படவில்லை. மாறாக சேரிகளும் மக்கள் பெருக்கமும் விரிந்திருந்தது. மழைக் காலங்களில் நோய்களும் மரணங்களும் அதிகரித்திருந்தன. அவள் முன்னர் செயல்பட்டு வந்த அமைப்பு பிரிட்டிஷ் அரசால் கலைக்கப்பட்டிருந்தது.

ஏழு வருடம் கடந்திருந்த காங்கிரஸ் கட்சியும் மேல்தட்டு மக்கள் முன்னேற்றத்திற்காகவே இயங்கிக் கொண்டிருந்தது. சிந்தாதரிப்பேட்டை சேரிக்குள் சென்று மக்களிடையே பேசினாள். அந்தப் பகுதிகளில் எழுப்பப்படும் கட்டிடங்களுக்காக மேலும் இருநூறு தொழிலாளர்கள் வந்து சேரியை நிரப்பி இருந்தனர். யாருக்கும் சரியான ஊதியம் கொடுக்கபடுவதில்லை எனப் புலம்பினர். பதினைந்து மணி நேரத்திற்கு மேல் வேலை வாங்குவதாகவும் கூறினர். சுகந்தி இதைப் பற்றி ஏதாவது செய்ய வேண்டுமென முடிவெடுத்தாள். உடைந்த அமைப்பின் இரண்டு மூன்று பேர்களைத் தேடி ஒன்றிணைத்தாள். சேரி மக்களிடம் நிர்வாகத்திடம் சென்று சரியான ஊதியம் கொடுக்கும்படி கேட்கச் சொன்னாள். சரியான பதில் வரவில்லை என்றால் ஒரு நாள் வேலையைப் புறக்கணிக்கும்படி சொன்னாள். சேரி மக்கள் பயத்தில் முதலில் அதைச் செய்யத் துணியவில்லை. மூன்று நாட்கள் தொடர்ச்சியாக அவர்களிடம் சென்று பேசி புரிய வைத்தாள். நம் உரிமைக்காக நில்லுங்கள் என்றாள். இறுதியாக ஒரு பிரிவு அதைச் செய்ய முன்வந்தது. நிர்வாகம் அவர்களது கோரிக்கைகளைக் கண்டு கொள்ளவில்லை. ஒரு நாள்

வேலையை நிறுத்தினார்கள். சுகந்தி அவள் அமைப்பினர் உதவியுடன் அனைத்தையும் புகைப்படம் எடுக்கச் செய்தாள். ஐரோப்பிய, அமெரிக்கப் பத்திரிக்கைகளுக்கு புகைப்பட ஆதாரத்துடன் செய்தியை கட்டுரையாக அனுப்பினாள். ஐரோப்பிய, அமெரிக்க இடதுசாரி இயக்கங்களுக்கும் தொழிலாளர் கூட்டமைப்புகளுக்கும் செய்தியை அனுப்பினாள். மூன்று மாதம் கழித்து லண்டன் கெசட் நாளிதழில் *(The London Gazette)* "இந்தியத் தொழிலாளர்கள் உழைப்பு சுரண்டல்" *(Exploitation of indian labours)* என்ற தலைப்பில் அரைப் பக்கத்திற்கு படத்துடன் கூடிய செய்தி வந்திருப்பதாக சுகந்தியின் நண்பர்கள் அவளுக்கு மின் தந்தி அனுப்பினார்கள். அதைத் தொடர்ந்து மற்ற பத்திரிக்கைகளும் செய்தியை வெளியிட்டன. அது மெட்ராஸ் நிர்வாகத்திற்கு அழுத்தத்தைக் கொடுத்தது. விசாரணைக் குழு அமைக்கப்பட்டு தகவல் உண்மையெனில் தவறுகள் சீர் செய்யப்படும் என அரசு பதிலளித்தது.

ஒரு மாதம் கழித்து தொழிலாளர்களின் ஊதியம் கணிசமாக உயர்த்தப்பட்டது. மூன்று நாட்கள் கழித்து சுகந்தியை பிரிட்டிஷ் ராஜ் பெயருக்கு களங்கம் ஏற்படுத்தும் விதமாக நடந்து கொண்டாள் என மெட்ராஸ் மாகாண அரசு கைது செய்தது. கடம்பன் அன்று மாலையே அவன் செல்வாக்கைப் பயன்படுத்தி சுகந்தியை வெளியே கொண்டு வந்தான். மாறாக சுகந்தி இது போல மீண்டும் நடந்து கொள்ளக் கூடாது என்ற ஒப்புதலை அவள் கொடுக்க வேண்டும் எனக் கேட்டனர். முதலில் மறுத்த சுகந்தி கடம்பனின் அழுத்தத்தால் வேறு வழி இல்லாமல் எழுதிக் கொடுத்தாள். இந்த நிகழ்வு கடம்பனுக்கும் சுகந்திக்கும் இடையே மீண்டும் பெரிய வாக்குவாதத்தையும் சண்டையையும் கிளப்பியது. இதற்கிடையில் கடம்பனின் அம்மாவையும் துடியையும் சுகந்தி மாளிகைக்கு அழைத்து வந்தாள். ஆனால் இரண்டு வாரத்திலேயே கடம்பனின் அம்மாவிற்கு மாளிகை வாழ்க்கை கசந்தது. தனிமையாக விடப்பட்டவள் போல் உணர்ந்தாள். மீண்டும் பாண்டிக்கு கிளம்புகிறேன் என்றாள். துடியும் அவளுடனே செல்வதாக அடம்பிடித்தான். இருவரும் மீண்டும் பாண்டிக்கே சென்றார்கள்.

மூன்று மாதம் கழித்து சலீமுல்லாவிடமிருந்து சுகந்திக்கு ஒரு கடிதம் வந்தது.

"அன்புள்ள நண்பர்களுக்கு சலீமுல்லா எழுதுவது. நாம் தொடங்கிய 'அகாமிகாலா அமாரா' (Agamikala Amara - நாளை நாங்கள்) வார இதழ் மக்களிடையே சிறப்பாக செயல்பட்டுக் கொண்டிருக்கிறது. அதன் தீவிரத் தன்மையைக் கண்ட ஏகாதிபத்திய அரசு இதழை முடக்கும் வேலையை முடுக்கி விட்டுள்ளது. இதன் விளைவாக கடும் நிதிச் சுமையில் அகாமிகாலா அமாரா சிக்கி கொண்டுள்ளது. நண்பர்கள் உதவி வேண்டும். உங்களால் முடிந்த நன்கொடையை அனுப்புங்கள். நன்றி. உங்கள் நண்பன் சலீமுல்லா."

கடிதத்துடன் கடந்த வார இதழையும் மூன்று மாதம் முன்னர் சுகந்தியின் கட்டுரையை வெளியிட்ட மலரையும் அவளுக்கு அனுப்பி இருந்தான். சுகந்தி அந்தக் கட்டுரையைப் பிரித்துப் பார்த்தாள். அவள் எழுதிய எந்த வார்த்தையையும் எடுக்காமல் இரண்டு பக்கத்திற்குப் போட்டிருந்தான். சுகந்தி இதழின் முதல் பக்கத்தை திருப்பி ஆசிரியர் பெயரைப் பார்த்தாள். சதி சலீமுல்லா என்றிருந்தது. அவள் முகம் புன்னகையை வெளிப்படுத்தியது. கையோடு ஐந்நூறு ரூபாயை அனுப்பி வைத்தாள்.

5 ஆகஸ்ட்டு 1895, பிரெட்ரிக் எங்கெல்சு (Friedrich Engels) மறைந்த செய்தி உலகம் முழுக்க இருந்த தோழர்கள் மத்தியில் தீயாகப் பரவியது. அவர் மறைவை உலகம் முழுக்க உள்ள பாட்டாளி மக்களின் எழுச்சியாக நினைவுபடுத்த முடிவு செய்தனர். அதற்கான முன்னெடுப்புகள் தொடங்கப்பட்டன. மெட்ராஸ் மாகாணத்தில் சுகந்தியை முன்னெடுக்கும்படி ஐரோப்பியத் தோழர்கள் கேட்டிருந்தனர். சுகந்தி சம்மதம் தெரிவித்தாள். மாறாக பிரிட்டன் அரசு கம்யூனிசம் சார்ந்த அனைத்து சிந்தனைகளையும் கூட்டங்களையும் தீவிரமாக ஒடுக்கியது. அந்த வகை சிந்தனைகள் அரசுக்கு பெரும் அச்சத்தைக் கொடுத்தன. ஒப்புதல் கேட்ட அனைத்துக் கூட்டங்களையும் நிராகரித்தது. சுகந்தி தடையை மீறி கூட்டத்தை நடத்துவது என முடிவெடுத்தாள். இந்த விஷயம் கடம்பனுக்குத் தெரிய வர அது பெரும் புயலை அவர்களுக்கு மத்தியில் கிளப்பியது.

சுகந்தி அரசுக்கு எதிராக செயல்பட மாட்டாள் என எழுதிக் கொடுத்துள்ளாள். இப்போது இந்த முன்னெடுப்பு அவளுக்கு

பெரிய நெருக்கடிகளை உண்டாக்கிவிடும் என கடம்பன் பயந்தான். ஆனால் எதையும் பொருட்படுத்தாமல் அவள் கூட்டத்திற்கான வேலையைத் தொடங்கினாள். வர்க்க, சாதி விடுதலை, ஏகாதிபத்தியத்துக்கு எதிரான சிந்தனைகள், மக்கள் விடுதலை, பெண் விடுதலை போன்ற சிந்தனை மொழிகள் அடங்கிய துண்டுச் சீட்டுகளை அச்சடித்து அவளும் அவள் நண்பர்களும் மக்களிடம் கொடுத்து கூட்டத்திற்கு அழைத்தனர். காவல் துறை இறுதி எச்சரிக்கையை விடுத்தது. கடம்பனிடம் நேரடி எச்சரிக்கைகளையும் கொடுத்தது. ஏற்படும் விளைவை இந்த முறை உங்களால் தடுக்க முடியாது என்றது.

“யா சொல்றத கேட்க மாட்டேங்குற. இது பெரிய பிரச்சனைய கொடுக்கும். உன்னால எல்லாத்துக்கும் தலைவலி.”

“இப்போ எதுக்கு கத்துறிங்க. என்ன தப்பா செஞ்சாங்க நல்லது செஞ்சா தப்பா.”

“என்னத்த நல்லது செய்ற. பொம்பள மாதிரி வீட்ல இரு. உன்னால இங்க யாருக்கும் நிம்மதியில்ல. ஒழுங்கா இருந்தா வீட்ல இரு. இல்லனா உங்க ஊருக்கு போ.”

“நீங்க ஒரு சுயநலவாதி பிசாசு” என சுகந்தி கடம்பனைப் பார்த்து வெடித்துக் கத்தினாள். “ஆமா மொத்த சுயநலத்தோடு உருவம் நீங்க. உங்களால உங்க அம்மாவக் கூட பக்கத்துல வச்சிக்க முடியல. நீங்க எங்க இருந்து வந்திங்க? சின்ன வயசுல பசியோட எத்தன நாள் குடிசைல அழுதிருப்பீங்க. பணம் சேந்தோன்னே உங்க சேரிய போய் பாத்திங்களா. உங்கள போல இன்னும் நெறைய குழந்தைங்க ஒரு வேள சாப்பாடு இல்லாம சுத்துதுங்க. உங்க கிட்ட அத மாத்த சக்தி இருக்கு, ஆனா உங்களால பண்ண முடியாது. ஏனா நீங்க இந்த ரத்தம் உறிஞ்சும் அட்டப்பூச்சி கூட்டத்தோட அடிம. அதோட ரத்தம் தான் இப்போ உங்க உடம்புல ஓடுது. போய் உங்க சேரிய ஒரு தடவ பாத்துட்டு வாங்க. உங்களுக்கு விடுதலைனா என்னனு புரியாது.”

கடம்பன் சுகந்தியை நோக்கி சீறிக்கொண்டு வந்தான். “உங்க பலத்தால என்ன கட்டுப்படுத்த முடியாது.” கடம்பனால் அவள் கண்ணைப் பார்க்க முடியவில்லை.

“உன்னோட நல்லதுக்கு தான் சொல்றேன். இந்த முற உன்ன கைது பண்ணிடுவாங்க.”

“உங்களுக்குப் புரியல. ஒரு புழுவா வாழ முடியாது. உங்ககிட்ட இருக்குற ஆடம்பரத்தால இங்க எந்தப் பயனுமில்ல. இதலான் அழிஞ்சுடும். உங்க உடம்புல தெம்பிருக்கும் வர தான் உங்க முதலாளி கூட்டம் உங்கள தூக்கி வச்சி கொண்டாடும். அதுக்கப்பறம் உங்கள ஒதுக்கி தூக்கி வீச அதுக்கு ஒரு நொடி கூட ஆகாது. உங்க கூட உண்மையா யார் இருக்கா. உங்க மக்கள் தினமும் சாப்பிடக் கூட வழி இல்லாம செத்துட்ருக்காங்க. நீங்க யாருக்காக நிக்குறீங்க, பேசுறீங்க. நீங்க மனசில்லாம சண்ட போடுற எந்திரம் தவற ஒன்னுமில்ல. உங்களால என்ன புரிஞ்சிக்க முடியலனா தள்ளிப் போங்க. குறுக்க நிக்காதிங்க.”

“இப்போ நீ போனா முழுசா போய்டு” என்றான் கடம்பன்.

சுகந்தி பதிலேதும் பேசாமல் அங்கிருந்து நகர்ந்தாள்.

செப்டம்பர் 3ஆம் தேதி திருவல்லிக்கேணி அருகே 400 பேர் கொண்ட சுகந்தியின் தலைமையிலான கூட்டம் நடைபெற்றது. சுகந்தி மேடையேறிப் பேசியபோது பிரிட்டன் காவல் துறையால் கைது செய்யப்பட்டாள். தடையை மீறி பிரிட்டிஷ் ராஜ் அரசுமீது அவதூறு பரப்பும் வகையில் கூட்டம் நடத்தியதற்காக ஆறு மாதம் சிறையும் ஏழாயிரம் ரூபாய் அபராதமும் விதிக்கப்பட்டு சிறையில் அடைக்கப்பட்டாள். இதைத் தொடர்ந்து இனி இம்மாதிரியான செயல்களை முன்னெடுத்தால் உச்சபட்ச தண்டனைகள் வழங்கப்படும் என நீதிபதிகள் எச்சரித்தனர்.

கடம்பன் அவன் அனைத்து செல்வாக்கையும் பயன்படுத்தியும் சுகந்தியைக் காக்க முடியவில்லை. யாரும் இந்த முறை அவனை ஒரு பொருட்டாக மதிக்கவில்லை. அவன் இந்த பெரும் சுழலும் சக்கரத்தில் ஒரு சிறு தூசி என உணர்ந்தான். அவன் இயலாமை அவனை வெட்கிப் போகச் செய்தது. அவன் நிலையை அவனுக்கு உணர்த்தியது. சுகந்தியைப் பார்க்க சிறைக்குச் சென்றான். அவள் அவனைப் பார்க்க மறுத்து விட்டாள். உண்மையான தனிமையை அவன் அன்று முதல் உணரத் தொடங்கினான்.

தொடர்ந்து நான்கு ஐந்து முறை சுகந்தியைப் பார்க்க சிறைக்கு சென்றாலும் அவள் அவனைத் தவிர்த்து விட்டாள்.

இரண்டு மாதம் கழித்து கடம்பன் துடியைப் பார்க்க சேரிக்குச் சென்றான். பலமுறை அந்தச் சேரியை அவன் கடந்திருந்தாலும் முதல் முறையாக அதன் நாற்றமும் பாழடைந்த குடிசைகளும் நலிந்த மக்களும் பசியோடு அலையும் குழந்தைகளும் அவன் கண்ணில் பட்டனர். துடி வளர்ந்திருந்தான். அவனைப் பள்ளியில் சேர்க்க கடம்பன் எண்ணியிருந்தான். பல வருடங்கள் கழித்து அன்று இரவு அந்தக் குடிசையில் தங்கினான்.

ஆறு மாதம் கடந்தது. சிறை வாழ்க்கை சுகந்தியைத் தளர்த்தாமல் அவளை மேலும் இறுக்கமாக்கி இருந்தது. அவள் மெலிந்து இரத்தமற்ற உடலுடன் காணப்பட்டாள். சுகந்தியைப் பார்த்த கடம்பனால் எதுவும் பேச முடியவில்லை. இந்த முறை சுகந்தி கடம்பனை இறுகப் பற்றிக் கொள்ளவில்லை. அவளுக்கு உணவளிக்கும் படி வேலையாட்களுக்கு சொல்லி விட்டு கடம்பன் நகர்ந்தான். அன்று இரவு மாளிகை தோட்டத்தில் படுத்திருந்த கடம்பனை சுகந்தி சென்று பார்த்தாள். நான் வீட்டையும் உங்களையும் பிரிந்து செல்ல முடிவெடுத்துவிட்டதாகக் கூறினாள்.

“நா உங்களுக்கு தொந்தரவாக இருக்க விரும்பல.”

“ஏ அப்படி இல்ல. அப்படினு யார் சொன்னா.”

“சரி வராது. நம்ம சிந்தன வேற வேற மாதிரி இருக்கு. நா பிரிட்டனுக்கு எதிரா செயல்பட போறேன். அது பெரிய அழுத்தமா உங்க மேல இருக்கும். நம்ப விலகறுது தான் சரி. உங்களோட ஒத்துப்போற பொண்ணு நா இல்லனு தோனுது.”

கடம்பன் பெரிய எதிர்ப்பைக் காட்டவில்லை. சுகந்தியின் குரலின் திடம் அவனுக்குப் புரிந்திருந்தது. “துடி சரியா வளந்தானா என்ன தேடி வருவான்” எனச் சொல்லிவிட்டு எழுந்தாள்.

“நான் உன்ன நேசிக்கிறேன்” என்றான் கடம்பன்.

"நானும் தான். ஆனா நம்ம அன்பு நம்மள பறக்க விடனும் சிறைப்படுத்த கூடாது."

அடுத்த நாள் காலை சுகந்தி மாளிகையை விட்டுப் புறப்பட்டாள். கடம்பன் அவளுக்கணிந்த தாலியையும் மெட்டியையும் கழட்டி அவன் அறையில் வைத்தாள். தோளில் சிறு மூட்டையுடன் அவள் கால்கள் கல்கத்தாவை நோக்கிச் சென்றன.

நான்கு நாட்கள் பயணத்தில் கல்கத்தாவின் ராஜா பசாரை அடைந்தாள். விடியற்காலை மூன்று மணி இருக்கலாம். ராஜா பசாரின் ஹர்ஷீ சாலைக்குள் நுழைந்து இடது பக்கம் இருபது மீட்டர் தள்ளி இருந்த மசூதியை அடைந்தாள். அதனருகே இருந்த பழைய உணவகக் கட்டிடத்தின் முதல் தளத்தில் கூரையால் வேய்ந்த அறையில் அரிக்கேன் விளக்கின் ஒளி வீசிக்கொண்டிருந்தது. சுகந்தி மேலேறி அறையை அடைந்தாள். சலீமுல்லா மங்கிய விளக்கொளியில் அவசர அவசரமாக எதையோ எழுதிக் கொண்டிருந்தான். வாசல் கதவைத் திறந்து கொண்டு நின்றிருந்த சுகந்தியை அவன் கவனிக்கவில்லை. அவள் தாழ்ப்பாளைத் தட்டி சத்தத்தை எழுப்பினாள்.

"ஏ நீ இங்க என்ன பண்ணுற" என்றான்.

அவன் பெரிய அளவில் வியப்பை வெளிப்படுத்தவில்லை. எழுத்தில் கவனத்தைச் செலுத்திக் கொண்டிருந்தான். சுகந்தி இது வேலையாகாது என அவளே உள்ளே வந்து இருக்கையில் அமர்ந்து கொண்டாள். அரிக்கேன் விளக்கின் திரியைத் தூண்டி ஒளியை பெருக்கினாள்.

பத்து நிமிடம் கடந்து நீ இப்போ வந்தது ரொம்ப நல்லதா போச்சு என கூறிக்கொண்டே சலீமுல்லா அவன் எழுதிய காகிதங்களைத் திரட்டி கையில் எடுத்தான். சுகந்தியின் அருகே வந்து ஒரு இருபது ரூபா கொடு இப்போ வந்துடுறேன் என்றான். சுகந்தியிடம் இருந்து காசை வாங்கிக் கொண்டு வேகமாகக் கீழே ஓடினான். அந்த அறை முழுக்க தூசி படிந்த புத்தகங்களால் நிரம்பி இருந்தது. இரண்டு மூன்று அழுக்கு உடைகளும், அறையின் இடது பக்க மூலையில் ஒரு பழைய கட்டிலும் அதன் மேல் சிறு புத்தகங்களும் காகிதங்களும்

சிதறி இருந்தன. சுகந்தி ஓரமாக இருந்த பானையிலிருந்து தண்ணீரை எடுத்துக்கொண்டாள். சலீமுல்லா திரும்ப வருவதாகத் தெரியவில்லை. அவள் அறைக் கதவை முக்கால்வாசி மூடிவிட்டு அறையின் ஓரமாக ஒரு துணியை விரித்துப் படுத்துவிட்டாள்.

“அர்ரே துய் தோர் டக ட பேயே ஜபி, அமி கோதெள பளியே ஜச்சி நா கி.” (காசு வரும் வராம எங்க போக போது. நா என்ன ஓடியா போகப் போறேன்.)

“துய் சாப் சோமொய் எரோகோம் கால்போ திஸ்.” (இதையே சொல்லுப்பா நீ.)

சலீமுல்லாவும் ஒருவனும் பேசிக்கொண்டிருந்த சத்தம் கேட்டு திடுக்கிட்டு விழித்தாள் சுகந்தி. சலீமுல்லாவுடன் பேசிக்கொண்டிருந்தவன் ஏதோ முனங்கியபடி வெளியே சென்றான். விடிந்திருந்தது. சுகந்தி அசதியால் நன்றாகத் தூங்கியிருந்தாள். அவள் மணியைப் பார்க்கும் போது ஏழைக் கடந்திருந்தது. வேகமாக எழுந்தாள்.

“இப்போ என்னாச்சி. என்ன பண்ண போற. இன்னும் கொஞ்ச நேரம் தூங்கு” என்றான்.

சுகந்தி பதிலேதும் சொல்லாமல் கழிவறை எங்கே என்றாள். சலீமுல்லா வெளியே கையை காட்டினான்.

முகத்தைக் கழுவிக்கொண்டு உள்ளே வந்தவளை தேநீர் குடிக்க அழைத்தான். அவள் பிறகு செல்லலாம் என்றாள்.

“அட எனக்கு வேணும் வா.”

கீழே வீதி, மக்கள் கூட்டத்தால் சுறுசுறுப்பாக ஓடிக்கொண்டிருந்தது. அந்த சிறிய பாதையில் மாட்டு வண்டிகளும் குதிரை வண்டிகளும் சரக்கை ஏற்றிக்கொண்டு அங்குமிங்கும் ஓடின. வெயில் இன்னும் வெளிப்படாத வேளையில் அந்தப் பகுதியின் மண், மக்களின் வாசம் காற்றில் மென்மையாக உலாவியது. அது ஒரு உற்சாகத்தை சுகந்திக்குக் கொடுத்தது. சலீமுல்லா அவனுக்குத் தெரிந்த

கடைக்கு கூட்டிச்சென்றான். இரண்டு தேநீரை எடுத்து வந்தான் கடைக்காரன்.

"பாய் சாய் தான் இந்த பகுதியிலேயே ரொம்ப டேஸ்ட்" என்றான்.

"அதலான் ஒன்னுமில்ல. இங்க தான் தம்பிக்கு ஓசி சாய் வரும் அதான்."

"பாய் என்ன பேசிட்ட நீ. பாத்தல்ல ஆளு வந்தாச்சு. இனி எல்லாருக்கும் பைசல் தான்."

"பாப்போம் பாப்போம்" எனக் கூறிவிட்டு கடைக்காரன் நகர்ந்தான். சுகந்தி வழக்கம்போல புன்னகையை மட்டுமே வெளிப்படுத்தினாள். "இதான் வங்கத்தோட நவாப்பா" என்றாள்.

சந்தை முழுதாக விழித்துக்கொண்டது. அவர்கள் மீண்டும் அறைக்குத் திரும்பினார்கள்.

சலீமுல்லாவின் அகாமிகாலா அமாரா தொடர்ந்து அரசை கடுமையாக விமர்சித்தது. முதலில் கண்டுகொள்ளாத அரசு அதன் பிரதிகளின் எண்ணிக்கை அதிகரிப்பைக் கண்டு நான்கு மாதம் முன்னர் அதை முழுதாகத் தடை செய்ய ஆணை பிறப்பித்தது. ஆரம்பத்தில் சலீமுல்லாவும் அவன் இரண்டு நண்பர்களும் இதழை நடத்தினார்கள். தடைக்குப் பின்னர் நிதிச் சுமையும் சேர்ந்துகொள்ள அவர்கள் இதழிலிருந்து தங்களை விடுவித்துக் கொண்டனர். சலீமுல்லா பின்வாங்காமல் இதழின் பெயரை மாற்றி மீண்டும் பிரதியைக் கொண்டு வந்தான். ஆனால் தனி நபராக அவனால் சமாளிக்க முடியவில்லை. பிரதி கடுமையாக வீழ்ச்சியடைந்தது. கடன் சுமையும் பெரிய அளவில் அவனை நெருக்கத் தொடங்கியது. இந்த வார இதழச்சுக்காக சுகந்தியின் இருபது ரூபாயைக் கொண்டே சரி செய்தான்.

சலீமுல்லாவின் தோற்றம் முழுதாக மாறியிருந்தது. பசியால் அவன் கண்கள் குழிக்குள் பதுங்கி இருந்தன. சுருட்டையான அவன் முடி கழுத்து வரை நீண்டிருந்தது. கல்லூரிக் காலங்களில் துளிர்த்து அங்குமிங்கும் காணப்பட்ட மீசையும் ஆட்டு தாடியும் இப்போது கருமையாக முளைத்திருந்தன. பருத்தியாலான

வெள்ளை நீள ஜிப்பாவையும் வெள்ளை வேட்டியையுமே பெரும்பாலும் உடுத்திக்கொண்டு சுற்றினான்.

"என்ன உங்க வீட்லந்து வந்துட்ட?"

"அது என்னோட வீடில்ல. சரி அத விடு. நீ தான் வந்தா ஒரு பெரிய பதவி தரேன் சொன்னியே."

"அதான தந்துட்டா போச்சி. நீதான் இனி இந்த பத்திரிக்கை உரிமையாளர். நா உன் கிட்ட வேலைக்கு சேந்துக்கிறேன். சம்பளத்துலேந்து முன் பணமா ஏதாவது குடு."

சுகந்தி அதைக் கேட்டுவிட்டு சிரித்தாள். நவாப்கே இந்த நிலையா என்றாள்.

"சரி மொத்தமா எவ்வளவு கடனிருக்கு."

"என்ன ஒரு முன்னூறு இருக்கும்."

சுகந்தி மொத்தமாக அவன் கடனை அடைத்தாள். "கவலப்படாத அதான் நா வந்துட்டேன்ல, பாத்துக்கலாம்" என்றாள்.

சுகந்தியின் தனிமையைப் போக்கிக்கொள்ள கடம்பன் துடியுடன் நாட்களைக் கடத்தினான். சுகந்தியின் வார்த்தைகளின் உண்மை கடம்பனை வெகுவாகக் கிழித்தது. அவன் சேரியில் எங்கு திரும்பினாலும் பசியோடு திரியும் கண்களையே கண்டான். ஒரு நாள் பத்து மாட்டு வண்டியில் நான்கு டன் அரிசியை வரவழைத்து அவன் சேரியிலிருக்கும் முந்நூற்றி இருபது குடும்பங்களுக்கும் மொத்தமாகப் பிரித்துக் கொடுத்தான். அன்றிலிருந்து சேரி மக்கள் அவன் மேல் பெரியளவில் பாசத்தை வெளிப்படுத்தத் தொடங்கினர். அது அவனுக்குள் ஒரு பிணைப்பை ஏற்படுத்தியது. மெட்ராஸ் மாளிகையைத் தவிர்த்து சேரியிலேயே அதிக நாட்களை நகர்த்திக்கொண்டிருந்தான். கொசுக் கடியும் கழிவு நாற்றமும் அவனுக்கு மீண்டும் பழகியது.

8

நான்கு மாதங்கள் கடந்திருந்தது. டோமாரா சதி (உங்கள் நண்பன்) என்ற மாற்றுப் பெயருடன் சலீமுல்லாவின் புதிய பத்திரிக்கை வெளிவந்து கொண்டிருந்தது. சுகந்தி அவள் லண்டன் தோழர்களிடம் பத்திரிக்கையைப் பற்றிச் சொல்லி பெரிய நிதியைத் திரட்டினாள். ஐம்பது பிரதிகளுடன் இயங்கிக் கொண்டிருந்த பத்திரிக்கை இரண்டு மாதத்தில் அவர்களின் கடும் உழைப்பால் இரண்டாயிரத்து முந்நூறு பிரதிகளை எட்டியிருந்தது. இருவரும் அந்த மாடி குடிசையையே தங்கும் இடமாகவும் அலுவலகமாகவும் மாற்றியிருந்தனர். சுகந்தியின் "பிரிட்டன் அரசால் முடக்கப்படும் இந்தியாவின் தற்சார்பு பொருளாதாரம்" என்ற கட்டுரைத் தொடர் பெரிய கவனத்தை டோமாரா சதிக்கு பெற்றுத் தந்தது. சலீமுல்லா தொழிலாளர் கூட்டமைப்பு அமைய வேண்டிய அவசியத்தைப் பற்றி எழுதியும் பேசியும் வந்தான். கட்டுப்பாடற்றுச் சுரண்டும் பிரிட்டன் அரசைக் கட்டுப்படுத்த தொழிலாளர்களுக்கு அடிப்படைப் புரிதலும் கல்வி ஒன்றிணைப்பும் தேவை எனக் கடுமையாக பிரச்சாரம் செய்து வந்தான். குழந்தைகளின் கல்வியை மறுத்து பெரிய அளவில் பிரிட்டன் அவர்கள் வாழ்க்கையைச் சுரண்டிக் கொண்டிருந்தது. குழந்தைத் தொழிலாளர்கள் இந்தியா மற்றும் அதன்

துணைக்கண்டம் முழுக்கப் பெருகிக் கிடந்தனர். கல்வி மட்டுமே அவர்கள் வாழ்க்கையை மேம்படுத்தும் என தொடர்ந்து எழுதினான். மெதுவாக டோமாரா சதிக்கு ஆதரவு பெருகியது. அரசும் அதன் வேலையைத் தொடங்கியது. காவல் துறையினர் சலீமுல்லாவின் குடிசை அலுவலகத்தை முற்றாக நாசம் செய்து கூரையைப் பிரித்து எடுத்தனர். இருந்தாலும் அவர்களின் தீவிரத்தன்மையை முடக்க முடியவில்லை. அவர்கள் கைகள் விடாமல் எழுதிக்கொண்டே இருந்தன.

அப்போதைய வங்காளத்தின் கவர்னர் லார்ட் ப்ரூஸை *(Lord Bruce)* வெடிகுண்டு வைத்துக் கொல்ல பெரும் சதி கவர்னர் மாளிகையின் அருகே நிகழ்த்தப்பட்டது. எட்டு நபர்கள் உடல் சிதறி இறந்தாலும் அதிர்ஷ்டவசமாக ப்ரூஸ் உயிர் தப்பினார். அதைத் தொடர்ந்து அரசு விசாரணையை முடுக்கிவிட்டது. இரண்டு வாரம் முன்னர் சலீமுல்லா "வங்க கவர்னர் லார்ட் ப்ரூஸும் வங்காளப் பிரிவினை முயற்சிகளும்" என்ற தலைப்பில் நெடும் கட்டுரை ஒன்றை எழுதி வெளியிட்டிருந்தான். அதில் வங்காளத்தில் அதிகரித்து வரும் விடுதலை வேட்கையை உடைக்க பிரிட்டிஷ் ராஜ் வங்காளத்தை இரண்டாகப் பிரிக்க கடுமையாக திட்டத்தை தீட்டி வருகிறது. அதில் ப்ரூஸின் பங்கு அளப்பரியது எனக் காட்டமாகக் குறிப்பிட்டிருந்தான். அதன் விளைவாக காவல்துறை சலீமுல்லாவை சந்தேகத்தின் பெயரில் கைது செய்தது. அவனுடன் நூற்றுக்கும் மேற்பட்டோர் கைது செய்யப்பட்டு விசாரிக்கப்பட்டனர். சுகந்தி எவ்வளவு முயன்றும் மூன்று நாட்கள் கடந்தும் சலீமுல்லாவைப் பார்க்க முடியவில்லை. வேறு வழி இல்லாமல் அவள் தந்தையிடம் தகவலைச் சொல்லி உதவி கேட்டாள். அவர் தன் நண்பர்கள் உதவியுடன் காவல்துறை உயர் அதிகாரிகளை தொடர்பு கொண்டு உதவும்படி கேட்டார். ஆறு நாள் கழித்து சலீமுல்லாவைப் பார்க்க அனுமதித்தனர். அவன் உதடு, நாக்கு, கழுத்து, இடுப்புப் பகுதிகளில் தசைகள் கிழிந்தும் இரத்தம் கட்டிக்கொண்டும் இருந்தது. ஒரு மாதம் கழித்து அவன் நீதிமன்றத்தில் ஆஜர்படுத்தப்பட்டான். அவன் மீதான குற்றங்கள் நிரூபிக்கப்படவில்லை, ஆனாலும் தடை செய்த இதழை பெயர் மாற்றி வெளியிட்டதால் அவனுக்கு ஐயாயிரம் ரூபாய்

அபராதமும் மூன்று வருடத்திற்கு வங்காளத்திற்குள் நுழைய தடை விதித்தும் ஆணையிட்டனர்.

கடம்பனின் சேரியில் விவரந்தெரிந்த சிறுவர்கள் பலர் தீய வழியில் சென்று கொண்டிருந்தனர். கொள்ளையடிப்பதும் போதைப் பழக்கத்தில் சிக்கிக்கொள்வதுமாக இருந்தனர். பல போதைப் பொருட்கள் சகஜமாக கிடைத்தன. ஒரு வழியில் அரசும் அதைக் கண்டு கொள்ளாமல் இருந்தது. இந்திய இளைஞர்கள் போதைக்குள் சிக்கிக் கிடப்பதை அதற்கு சாதகமாகவே அரசு பார்த்தது. பல இளைஞர்களை விடுதலை என்ற பெயரில் சில இயக்கங்கள் அவர்களுக்கு பகடையாகவும் மாற்றி இருந்தனர். இளைஞர்களும் சிறுவர்களும் காரணமே இன்றி மடிவது தொடர் கதையானது. கடம்பன் இதன் காரணத்தை உணர்ந்து கொண்டான். சேரியை மெதுவாகக் கட்டுப்படுத்தத் தொடங்கினான். சிறு பள்ளியை எழுப்ப முடிவு செய்து வேலைகளை ஆரம்பித்தான். சண்டை மற்றும் உடற்பயிற்சிக் கூடத்தையும் உருவாக்கினான்.

பிரெஞ்சுக் குழு அடுத்த ஆண்டிற்கான பந்தயச் சண்டைக்கு ஒப்பந்தமிட கடம்பனை அழைத்தது. இந்த முறை கடம்பன் அவனுக்கான பங்கில் பாதியை அவனுக்கான பணமாக வாங்கிக்கொண்டு மீதிப் பணத்தில் சேரியை மேம்படுத்தச் சொன்னான். எந்த எதிர்ப்பும் காட்டாமல் பிரெஞ்சுக் குழு அதற்குச் சம்மதித்தது. சேரிக் கழிவுகள் அகற்றப்பட்டுக் கழிவு வடிகால்கள் பொருத்தப்பட்டன. சாலைகள் மற்றும் சிறு மருத்துவக் கூடங்கள் அமைக்கப்பட்டன. கடம்பன் கட்டத் தொடங்கிய பள்ளிக்கூடத்தைப் பெரிதாகக் கட்ட அந்தக்குழு உதவியது. சேரி குடிசைகள் மாற்றப்பட்டன. அனைத்தும் மாயாஜாலம் போல் நிகழ்ந்து கொண்டிருந்தது. கடம்பன் அவன் ஆற்றலை சரியான திசையில் திருப்பி இருந்தான். சேரி மக்கள் அவனைத் தலைவனாகக் கொண்டாடினர். அவன் சொல்லுக்கு அந்தப் பகுதி மண்டியிட்டது.

“சரி விடு எனக்கே சின்னதா ஓய்வு தேவப்பட்டது. கல்கத்தால இருந்தா ஏதாவது செய்யத் தோனும். இது அரசு விடுமுறைனு எடுத்துக்கலாம்.”

“இப்போ எங்க போவ. வேற யாரையாவது தெரியுமா.”

“சும்மா இந்தியா முழுக்க நாடோடி போல போலாம்னு தோனுது. முடிஞ்சா அப்படியே வெளிநாட்டுக்கும் போகலாம்.”

“கேக்க நல்லா தான் இருக்கு. போலாம். நானும் வரேன்.”

“சும்மா பேசாத. நீ உங்க வீட்லயே இரு.”

“நா அங்க இருந்து என்ன பண்ணுறது. வீட்டுக்குள்ளேயே இருக்க முடியாது. பத்திரிக்கையுமில்ல. எவ்வளவு தூரம் முடியுமோ அவ்வளவு தூரம் வரேன். பாத்துக்கலாம்.”

சுகந்தியும் சலீமுல்லாவும் இந்தியாவைச் சுற்ற முடிவெடுத்தனர். முதலில் பம்பாய்க்குச் செல்லத் தீர்மானித்து அங்குள்ள நண்பர்களுக்குத் தகவல் கொடுத்தனர். சாலை மார்க்கமாகவே பயணிக்கத் தொடங்கினர். ஒரிசாவில் இரண்டு நாட்கள் தங்கினர். ஒரிசா முற்றாக வீழ்த்தப்பட்டிருந்தது. குறைந்தபட்ச அடிப்படை முன்னேற்றம் கூட இல்லை. பெரும்பாலும் அரசுக் கட்டுப்பாட்டில் உள்ள கனிம சுரங்கங்களும் உணவுப் பயிர்கள் அழிக்கப்பட்டு வணிக பயிர் நிலங்களாகவுமே இருந்தன. ஒரிசாவைக் கடந்து நாக்பூரைத் தொட்டு பதினாறு நாட்களில் பம்பாயை அடைந்தனர்.

கேசரி பத்திரிக்கை நண்பர்கள் இரண்டு பேர் சலீமுல்லாவையும் சுகந்தியையும் அவர்கள் அலுவலகத்திற்கு அழைத்துச் சென்றார்கள். அலுவலகத்தின் வாயிலை அடையும் போதே கம்பீரமான ஒரு குரல் கேட்டுக்கொண்டிருந்தது. ‘யாருக்காகவும் பயந்து என் பேச்சும் பேனாவும் நிற்காது. அவனால் அதிகபட்சம் கைது செய்ய முடியும்; தூக்கிலேற்ற முடியும்; செய்யட்டும். என் வழியில் ஆயிரக்கணக்கில் என் மாணவர்கள் வருவார்கள்.’ கரடுமுரடான முகத்தில் பெரிய முறுக்கு மீசையுடன் தலையில் வெள்ளை தலைப்பாகையும் நீண்ட கதர் ஜிப்பாவுடனுமிருந்த ஒருவர் காவல் அதிகாரி ஒருவரிடம் பேசிக்கொண்டிருந்தார். இரண்டு மூன்று ஆட்கள் அவர்களைச் சுற்றி உறைந்து நின்றபடி இருந்தார்கள். மீசைக்காரரின் பார்வை வாயிலில் வந்து நின்ற சலீமுல்லா, சுகந்தி மேல் பட்டு விலகியது. சலீமுல்லா சுகந்தியிடம் திலகர் என முணுமுணுத்தான். சில

நிமிடம் கழித்து காவல் அதிகாரி தலைகுனிந்தபடி வெளியே சென்றார். திலகர் பெரிய புன்னகையை வெளிப்படுத்தி இரண்டு கைகளையும் விரித்துக் கொண்டு "வா சலீமுல்லா" என்றார். சலீமுல்லாவிற்கும் சுகந்திக்கும் வியப்பாக இருந்தது. "என்ன பாக்குற, முதல சாப்பிடுங்க. டோமாரா சதியைப் பற்றி நான் நிறையக் கேள்விப்பட்டிருக்கிறேன். நீங்கள் தான் இந்தியாவின் எதிர்காலம். பெரிய நம்பிக்கை இருக்கிறது" என்று உரக்கப் பேசினார். தாமோதர் எனக் குரல் கொடுத்தார். உள் அறையிலிருந்து ஒரு திடமான வாலிபன் வெளியே வந்தான். அவனிடம் நம் விருந்தினரைக் கவனித்துக்கொள். இனி நம் கூடத்தான் பயணிக்கப் போகிறார்கள் எனச் சொல்லிவிட்டு அவர் வெளியே சென்றார்.

தாமோதரன் இருவரையும் உள்ளே அழைத்துச் சென்றான். அவன் பேச்சில் சின்ச்வாட் (Chinchwad) மராத்திய வழக்கு அதிகமாக இருந்தது. சுகந்திக்கும் சலீமுல்லாவிற்கும் மதிய உணவை அவனே பரிமாறினான். உணவை முடித்துக்கொண்டு மூவரும் பூனாவிலிருந்த கேசரி அலுவலகத்திற்குப் புறப்பட்டனர்.

கோடை வெயில் சாலையை உருகச் செய்தது. மாலை நான்கு மணி அளவில் பூனாவின் எல்லையை அடைந்தனர். அங்கு பிரிட்டன் பட்டாளம் ஒன்று தடுப்புகளை அமைத்து உள்ளே வருபவர்களுக்கு பிளேக் அறிகுறிகள் இருக்கிறதா என சோதித்துக் கொண்டிருந்தது.

பாம்பாய் மாகாணத்தின் பூனா சுற்று வட்டாரத்தில் 1896ன் நடுப்பகுதியில் பிளேக் தொற்று பரவ ஆரம்பித்தது. இரண்டு மாதத்தில் அது தீயெனப் பரவி பல உயிர்களைக் கொன்று குவித்தது. பல ராணுவ வீரர்களும் பெரிய அளவில் இறக்கத் தொடங்கினர். இதனால் கவலை அடைந்த அரசு பூனா பகுதியை தனிமைப்படுத்த உத்தரவிட்டது. ஆயிரத்திற்கும் மேற்பட்ட ராணுவ வீரர்களே நேரடி சோதனையில் ஈடுபட ஆரம்பித்தனர். பூனாவில் உள்ள வீடுகள் அனைத்தும் வலுக்கட்டாயமாகத் திறக்கப்பட்டு அனைவரும் பிளேக் சோதனைக்கு உட்படுத்தப்பட்டனர். பெண்கள், குழந்தைகள் எனப் பாராமல் அனைவரின் உடைகளையும் களைய வைத்து உடலில் அறிகுறிகள் தென்படுகிறதா எனச் சோதித்தனர்.

சிறு அறிகுறி இருக்கும் பட்சத்தில் கூட முகாம்களில் தனிமைப் படுத்தப்பட்டனர். அறிகுறிகள் முத்திப்போன நிலையில் இருந்தவர்கள் உடனடியாகக் கொல்லப்பட்டு அப்புறப்படுத்தப்பட்டனர். நாளடைவில் இந்தச் சோதனை முறை பிரிட்டன் வீரர்களுக்கு ஒரு வித களிப்பைக் கொடுத்தது. பெண்கள், குழந்தைகளிடம் அத்து மீறத் தொடங்கினர். பலர் வன்புணர்வு செய்யப்பட்டனர். மக்களின் வழிப்பாட்டுத் தளங்கள் சிதைக்கப்பட்டன. வீடுகளிலுள்ள பொருட்கள், வழிபாட்டுச் சிலைகள், மக்களின் புனித நம்பிக்கை நூல்கள் என அனைத்தையும் நாசப்படுத்தி எரித்தனர். யாராலும் எந்த எதிர்ப்பையும் காட்ட முடியவில்லை. பிரிட்டன் ராணுவத்தில் கால் பங்கு இந்திய வீரர்களும் இருந்தனர். அவர்களும் சேர்ந்தே இதைச் செய்தனர். 1897 முற்பகுதியில் தொற்று அதன் உச்சத்தை அடைய ஆரம்பித்தது. கெடுபிடிகளும் தீவிரமானது.

தாமோதரனின் வண்டி நிறுத்தப்பட்டது. அவன் சுகந்தியை கீழே இறங்க வேண்டாம் எனக் கூறினான். அவன் காவலர்களிடம் நாங்கள் பூனா வாசிகள்தான் எனக் கூறினான். காவல்காரர்கள் வண்டியின் பின்புறம் சென்று பார்த்தார்கள். சுகந்தியை கண்ட காவலன் தடியை வண்டியில் தட்டி இறங்கச் சொன்னான். தட்டிய வேகத்தில் முன்னே குதிரை கனைக்கத் தொடங்கியது. தாமோதரன் அதைச் சாந்தப்படுத்தினான். சுகந்தி இறங்கும் முன் அவனும் சலீமுல்லாவும் முன் பக்கமாக வேகமாகக் கீழே இறங்கினார்கள். தாமோதரன் அவள் என் தங்கை எனவும் விடும்படியும் சொன்னான். எனக்குக் கட்டளை இடாதே என காவலன் அவன் தடியை கொண்டு தாமோதரன் கால் முட்டியில் பலமாகத் தாக்கினான். சுகந்தி தீவிரத்தன்மையை உணர்ந்து வேகமாகக் கீழே இறங்கினாள். சலசலப்பைக் கண்டு அங்கு மேலும் ஆறு, ஏழு காவலர்கள் கூடிவிட்டனர். சோதனை இடுபவன் சலீமுல்லா, தாமோதரன் ஆகியோரின் உடைகளைக் களையச் சொன்னான். அங்கிருந்த செவிலியன் ஒருவனை அழைத்து வீக்கம் ஏதாவது உள்ளதா எனப் பார்க்கச் சொன்னான். சலீமுல்லாவும் தாமோதரனும் அவர்கள் உள்ளாடையுடன் நின்றார்கள். சோதனை செய்த செவிலியன் ஒன்றுமில்லை என்றான். காவலன் சுகந்தி பக்கம் திரும்பினான். நீ ஏன் இன்னும் துணியைக் கழட்டாமல் நிற்கிறாய் என கேலி சிரிப்போடு அதட்டினான். சுகந்தி திடுக்கிட்டாள். தாமோதரன்

பஸ்... எனக் கத்திக்கொண்டு காவலன் மேல் பாயச் சென்றான். சுற்றி இருந்த காவலர்கள் இருவர் அவனை மடக்கிப் பிடித்து முட்டியிடச் செய்தனர். அவர்கள் துப்பாக்கியை வெளியே எடுத்தனர். தாமோதரனும் சலீமுல்லாவும் எதுவும் செய்ய முடியாதபடி முடக்கப்பட்டனர். சுகந்தியைப் பார்த்து மீண்டும் துணிகளைக் களையச் சொன்னான். மூன்றாவது முறை நான் சொல்ல மாட்டேன், நானே செய்து விடுவேன் என்றான். சுகந்தி அவன் கண்களை நேராகப் பார்த்தாள். எந்தச் சலனமும் இல்லாமல் அவள் புடவையைக் கழட்டினாள். தாமோதரனும் சலீமுல்லாவும் அவர்கள் பார்வையைத் திருப்பிக்கொண்டனர். மார்பில் கச்சையோடும் கீழே உள்ளாடையுடனும் நின்ற சுகந்தியின் கண்கள் எந்த உணர்வையும் வெளிப்படுத்தவில்லை. திடமாகவும் மௌனமாகவும் அவை நேராக அந்தக் காவலனையே பார்த்துக்கொண்டிருந்தன. இந்த வித வெளிப்பாட்டை சுகந்தியிடம் இருந்து எதிர்பார்க்காத காவலன் எரிச்சலடைந்தான். வேறு ஏதும் செய்வதறியாது செல்ல அனுமதித்தான்.

அவர்கள் வண்டி அலுவலகம் சென்று கொண்டிருந்தது. யாரும் எதுவும் பேசவில்லை. அரை மணி நேரத்தில் அலுவலகத்தை அடைந்த தாமோதரன் வேகமாகக் கீழே குதித்து பாலா பாலா எனக் கத்தியபடி உள்ளே சென்றான். பாலா எங்கே என அங்கு இருந்தவர்களிடம் கேட்டான். அவர்கள் உள் அறையைக் கைகாட்டினர். தாமோதரன் கத்துவதைக் கேட்டு பாலாவே என்ன ஆனது எனக் குரல் கொடுத்துக்கொண்டு வெளியே வந்தான். அவனுடன் மேலும் மூன்று ஆப்பிரிக்க இளைஞர்கள் வெளியே வந்தனர். தாமோதரன் அவர்களைப் பார்த்தான். பாலா நம் ஆட்கள் தான் சொல்லு என்றான். சுகந்தியும் சலீமுல்லாவும் வாயில் பக்கமாக வந்து தாமோதரனின் பின் நின்றார்கள். இது எல்லை கடந்து விட்டது. உடனடியாக முடிவு கட்ட வேண்டும் எனக் கத்தினான். அனைவரும் அறைக்குள் சென்றார்கள். தாமோதரன் நடந்ததைச் சொன்னான். அவன் இந்த முறை சோதனைக்கு தலைமையாக உள்ள அதிகாரி ராண்டை கொல்வதாகச் சூளுரைத்தான்.

பிளேக் ஆணையர் ராண்டைக் கொல்ல திட்டத்தை வகுத்தனர். அவனின் செயல்பாடுகள் கண்காணிக்கப்பட்டன. அவன்

எப்போதும் பத்து காவலர்களுடனே சுற்றி வந்தான். சுகந்தியும் சலீமுல்லாவும் அவன் வீட்டைச் சுற்றி நோட்டமிட்டனர். அவனை வீட்டில் வைத்துக் கொல்வது இயலாத காரியம் என முடிவெடுத்தனர். அலுவலகத்திலும் பெரிய கெடுபுடியாக இருந்தது. காலம் வரும் வரை காத்திருக்க எண்ணினர்.

சுகந்தியும் சலீமுல்லாவும் பூனா அலுவலகத்தின் மேல் தளத்திலேயே தங்கிக் கொண்டனர். சுகந்தி ஆங்கிலத்தில் சில கட்டுரைகளை இதழுக்காக எழுதத் தொடங்கினாள். ஆப்பிரிக்கர்களும் அடுத்த அறையிலேயே தங்கியிருந்தனர். அதில் முதன்மையானவன் தன்னை ஒகோவோ ஓலுவா என அறிமுகப்படுத்திக்கொண்டான். இந்தியாவைப் போலவே ஆப்பிரிக்காவும் உள்ளது. கண்டிப்பாக ஏதாவது செய்ய வேண்டும் எனச் சொன்னான். சலீமுல்லாவும் கண்டிப்பாகச் செய்வோம், நாம் இணைந்தால் பலமே என்றான்.

ஜூன் இருபத்தியிரண்டு 1897, பிரிட்டன் அரசு ராணி விக்டோரியாவின் முடிசூட்டு நிகழ்வின் வைர விழா நாளைக் கொண்டாட முடிவெடுத்தது. அதன்படி இந்திய மாகாணத்திற்கும் அறிக்கைகள் சென்றன. விழாவை நடத்த அனைத்து மாகாணங்களும் ஆயத்தமாகின. பூனாவிலும் ஆடம்பரமாகக் கொண்டாட முடிவெடுத்தனர். இதுதான் சரியான தருணம் என தாமோதரனும் பாலாவும் தீர்மானித்தனர். விழாவில் கலந்துகொள்ள முக்கியப் பிரமுகர்களுக்கு அழைப்பு விடுக்கப்பட்டது. துப்பாக்கியைக் கொண்டு அவன் கதையை முடிக்க எண்ணினர். ஒகோவோ ஐந்து துப்பாக்கிகளை வரவழைத்தான். விழா நாள் வந்தது. அரசு மாளிகையில் அனைவரும் கூடத் தொடங்கினர். மக்களும் மாளிகை வீதியில் கூடி நின்று அலங்கரித்தனர். மாலை சூரியன் இறங்கத் தொடங்கி இருள் வேகமாகக் கவ்விக்கொண்டது. இருளைக் கிழித்துக் கொண்டு வான வேடிக்கைகள் விண்ணைப் பிளந்தன. சுகந்தியும் சலீமுல்லாவும் விழாவிற்கு முதல்நாள் இரவு மாளிகையைச் சுற்றிப் பார்த்து ராண்டைக் கொல்வதற்கு எந்த இடம் சரியாக இருக்குமென முடிவெடுத்தனர். கனேஷ்கின்ட் சாலை சிறிது குறுகலாக அவர்கள் பதுங்கவும் வேகமாகத் தப்பிக்கவும் லாவகமாக இருக்குமென சுகந்தி முடிவெடுத்தாள். சாலையைப் பெரிய மஞ்சள் கட்டிடம் ஒன்று மறைத்து

நின்றது. அவர்கள் கொல்வதற்கான ஆயுதங்களை கட்டிடத்தின் வெளிப்புற அடிவாரத்தில் அன்று இரவே மறைத்து வைத்தனர். துப்பாக்கிகளுடன் கத்திகளையும் கோடாலிகளையும் பதுக்கினர். விழா தொடங்குவதற்கு முன்பே தாமோதரனும் பாலாவும் அந்தக் கட்டிடத்தின் அருகே பதுங்கினர்.

விழா தொடங்குவதற்கான ஒலி எழுப்பப்பட்டது. ராண்டின் குதிரை வண்டி வேகமாக அந்த சாலைக்குள் புகுந்து கடந்து சென்றது. சந்தேகத்தாலும் பதட்டத்தாலும் செல்லும்போது தாமோதரன் வண்டியைத் தவற விட்டான். அரசுப் பிரமுகர்கள் கூடி இருந்ததால் ராண்டும் பெரிய மெய்க்காவலை அழைத்து வரவில்லை, ஒரேயொரு ராணுவ வீரன் மட்டும் கூட இருந்தான். விழா ஒன்பது முப்பது மணியளவில் முடிவடைந்து பிரமுகர்கள் வீடு திரும்பினர். இந்த முறை தவற விடக்கூடாது என தாமோதரனும் பாலாவும் பிரிந்து சாலையின் இரு முனையிலும் நின்றார்கள். ராண்டின் வண்டி சரியாக மஞ்சள் கட்டிடத்தைத் தாண்டி உள்ளே வந்தது. தாமோதரன் இமைக்கும் நொடியில் "கொண்டய ஆலா ரே..." (கொல்வதற்கான சமிக்ஞை) எனக் கத்தியபடி வண்டி முன் பாய்ந்தான். சமிக்ஞையைப் புரிந்துகொண்ட பாலா வேகமாக ராண்டின் வண்டியை நோக்கி ஓடி வந்தான். அதிர்ச்சியில் வண்டியை நிறுத்திய வண்டிக்காரன் என்ன நடக்கிறது என யூகிக்கும் முன் தாமோதரன் பாய்ந்து ராண்டின் இருக்கை அருகே சென்று கைத்துப்பாக்கியால் ராண்டின் தலை, தோள்பட்டையில் சுட்டான். வண்டி முழுக்க ராண்டின் இரத்தம் தெறித்து நனைத்தது. துப்பாக்கி வெடித்த சத்தத்தைக் கேட்டு ராண்டின் காவலன் எயிஸ்ட் (Lieutenant Ayest) அவன் வண்டியில் விரைந்தான். பாலா அவன் வண்டியை மறித்து துப்பாக்கியால் எயிஸ்டின் மூளையை சிதறடித்தான். இருவரும் வேகமாக சம்பவ இடத்தை விட்டுத் தப்பித்தனர். சில நிமிடங்களில் கூட்டம் கூடியது.

துணிச்சலான இந்த சம்பவத்தால் அதிர்ந்த பிரிட்டிஷ் அரசு கொலைகாரர்களை விரைந்து பிடிக்க உத்தரவிட்டது. காவல் துறை தீவிரமாகத் தேடியது. கொலையாளியைக் காட்டிக் கொடுத்தால் சன்மானம் தருவதாக அறிவித்தது. தாமோதரனின் கூட்டாளிகளே இருவர் யாரும் எதிர்பார்க்காத விதமாக பணத்திற்காக தாமோதரன் பதுங்கி இருந்த இடத்தைக் காட்டிக்

கொடுத்தனர். காவல்துறை தாமோதரனை வளைத்து கைது செய்தது. இந்த சம்பவத்தில் திலகருக்கும் தொடர்புள்ளது என அவரும் கைது செய்யப்பட்டார். பாலாவும் மற்ற நண்பர்களும் பதுங்கினர். சுகந்தியும் சலீமுல்லாவும் அங்கு இருப்பது பெரிய அபாயம் என உணர்ந்தனர். அவர்களுக்கு எங்கு செல்வது எனப் பிடிபடவில்லை. ஓகோவோ அவனுடன் அழைத்தான். இன்று இரவு நைஜீரியாவுக்கு கப்பல் ஏறிவிடலாம் என்றான். சுகந்திக்கும் சலீமுல்லாவிற்கும் அது தான் பாதுகாப்பு என்று பட்டது.

அன்று மாலை ஓகோவோ, அவன் நண்பர்கள், சுகந்தி மற்றும் சலீமுல்லா பம்பாய் துறைமுகத்தை அடைந்தனர். ஓகோவோ உதவியுடன் மறைமுகமாக சுகந்தியும் சலீமுல்லாவும் ஆப்பிரிக்கா செல்லும் சரக்குக் கப்பலில் ஏற்றப்பட்டனர்.

கப்பல் அறுபது நாள் பயணத்தில் இந்தியப் பெருங்கடல் வழியாக தெற்கு ஆப்பிரிக்காவைச் சுற்றி மேற்கு ஆப்பிரிக்காவுக்குள் நுழைந்து நைஜீரியாவை அடைந்தது. அனைத்து ஆப்பிரிக்க நாடுகளின் துறைமுகங்களையும் ஐரோப்பியக் கப்பல்கள் போட்டி போட்டுக்கொண்டு ஆக்கிரமித்திருந்தன. நைஜீரியா பிரிட்டன் கட்டுப்பாட்டில் இருந்தது. உடலை அரிக்கும் புற்று நோயைப் போல் ஐரோப்பிய ஏகாதிபத்திய அரசுகள் ஒன்றோடு ஒன்று முட்டி மோதிக் கொண்டு ஆப்பிரிக்க மக்களையும் அதன் வளங்களையும் முழுதாக அரித்து கொண்டிருந்தன.

சுகந்தி, சலீமுல்லா மற்றும் ஓகோவோ துறைமுகத்தில் இறங்கினர். எருமை வண்டி ஒன்றைப் பிடித்து நகரத்திற்குள் சென்றனர். ஓகோவோவின் நண்பர்கள் தங்கள் இடத்திற்குச் செல்ல விடைபெற்றுக் கொண்டனர். மழை அந்த வருடத்தின் இறுதி வீழ்ச்சியை நிகழ்த்தி இருந்தது. சகதியையும் குண்டும் குழியுமான சாலைகளையும் கடந்து ஒரு சிறு கொட்டகையால் வேயப்பட்ட உணவகத்தில் அமர்ந்தனர். சில நிமிடங்கள் கடந்து தொடர்ச்சியாக இருபது முப்பது மாட்டு வண்டிகள் சிறிய பிரிட்டன் பட்டாளம் சூழ துறைமுகத்தை நோக்கிச் சென்று கொண்டிருந்தன. வண்டியின் பின் பக்கம் தார்ப்பாய்களும் மூங்கில் தடுப்புகளும் கொண்டு மூடப்பட்டிருந்தது.

தடுப்புகளுக்குள் திடமான மனிதர்கள் கால் நடைகளைப் போல் சங்கிலியால் பூட்டப்பட்டு அடைக்கப்பட்டிருந்தனர். வண்டிகள் அனைத்தும் முன்னேறி வர வீதிகளில் மக்கள் கூட்டம் சிதறி ஓடி வழிவிட்டது. மொத்த இடமும் அந்த வண்டியை அமைதியாகப் பார்த்தபடி நின்றது. யாரும் எந்த சத்தத்தையும் எழுப்பத் துணியவில்லை. சுகந்திக்கும் சலீமுல்லாவிற்கும் அது என்ன எனப் புரிந்திருந்தது. மேற்கு ஆப்பிரிக்க மக்கள் அடிமைகளாகப் பிடிக்கப்பட்டு அமெரிக்க கண்டத்திற்கு ஏற்றுமதி செய்யப் படுகின்றனர். அமெரிக்காவில் அடிமைகள் முறையை ஒழித்து முப்பது வருடங்கள் கடந்திருந்தாலும் கள்ளத்தனமாக இன்று வரை கருப்பினத்தவர்கள் கடத்தப்பட்டுக்கொண்டேதான் இருந்தனர்.

ஒகோவோ இதெல்லாம் மிகவும் குறைவு என்றும் இது எங்களுக்குப் பழகிப்போன நிகழ்வு என்றும் இதைப் பார்க்கும் மக்கள் ஏன் நான் கூட நாளை இப்படி அடைக்கப்பட்டு ஏற்றுமதி செய்யப்படலாம் என்றும் சொன்னான். மாட்டு வண்டியில் செல்லும் கூட்டத்தின் கண்கள் உயிரற்று சுகந்தியைக் காண்பது போலவே அவளுக்குப் பட்டது. அவள் போகலாம் என்றாள். உணவை வேகமாக முடித்துக்கொண்டு அவர்கள் கிளம்பினர்.

ஒகோவோவின் வீடு அங்கிருந்து ஆயிரம் கிலோமீட்டர் தொலைவிலிருக்கும் ருவான் பாகோ (Ruwan Bago) என்ற கிராமம். ஆறு நாள் சாலைப் பயணத்தில் அதை அடைந்தனர். போகும் வழியில் பல விவாதங்களும் முரண்பாடுகளும் அவர்களுக்குள் தோன்றியது. அடிப்படையில் தனிநபர் விடுதலை அடைய வேண்டும் என்ற புள்ளியிலேயே அனைவரும் வந்து நின்றனர். அந்தப் பயணத்தில் எங்கு திரும்பினும் பெரிய மலைகளும் வளமான காடுகளும் கொழுத்துக் கிடந்தன. பல மலைகளை பிரிட்டன் அரசு குடைந்தெடுத்துக் கொண்டிருந்தது. சுமார் ஐம்பது வருடமாக பிரிட்டன் ஓயாமல் முற்றாகச் சுரண்டிக் கொண்டிருக்கிறது. ஆப்பிரிக்க மக்கள் அவர்கள் மூடப் பழக்கத்தால் நவீன கல்வியை மறுத்து வந்தனர். பிரிட்டன் அரசும் அதை மறைமுகமாக ஊக்குவித்தது. கிராம முதியோர்களை, தலைவர்களைத் தூண்டி படிப்பை முடக்கியிருந்தது. மீறி

படிப்போர் கிராமப் புறங்களில் பள்ளிக்கூடங்களை எழுப்புதல் உச்சபட்ச தண்டனைக்குரிய குற்றமாக அறிவித்திருந்தது. மூன்று தலைமுறையாக ஆப்பிரிக்க மக்கள் நாடோடி சமூகமாக வாழக் கட்டாயப்படுத்தப்பட்டிருந்தனர்.

ஒகோவோ கிராமம் மலைப் பகுதியின் அடிவாரத்தில் செம்மண் பூமியில் அடர் மரங்கள் சூழ அமைந்திருந்தது. அவன் கிராமத்தில் ஆயிரத்து அறுநூறு குடும்பங்கள் இருந்தன. ஒகோவோ இக்போ (Igbo) பழங்குடி கூட்டத்தைச் சேர்ந்தவன். கிராம மக்கள் ஒகோவோவைக் கண்டுகொண்டனர். பெரிய அளவில் மகிழ்வை வெளிப்படுத்தினர். சுகந்தியையும் சலீமுல்லாவையும் வித்யாசமாகப் பார்த்தனர். ஒகோவோ அவர்கள் நம் விருந்தினர்கள் என அனைவரிடமும் கூறினான்.

கிராமப் பெண்களும் ஆண்களும் நல்ல கருமையாக சுருட்டை முடியுடன் திடகாத்திரமாகவும் பருமனாகவும் இருந்தனர். யாரும் மேலாடை அணிந்திருக்கவில்லை. பெண்கள் கைக்குழந்தைகளை முதுகில் மூங்கில் வலைக் கூடைகளில் சுமந்திருந்தனர். குழந்தைகள், விடலைகள் என யாரும் எந்த உடையும் அணிந்திருக்கவில்லை. மக்கள் நட்புடனும் பெரிய நகைச்சுவை உணர்வுடனும் இருந்தனர். உரக்கப் பேசி மகிழ்ந்து கொண்டிருந்தனர். காம சைகைகளும் ஆபாச சைகைகளும் அவர்கள் பேச்சில் வழிந்தோடியது. அது அவர்களுக்கு பெரிய உற்சாகத்தைக் கொடுக்க கூடியதாக இருந்தது. ஒகோவோ அவன் குடிசையை அடைந்தான். சுகந்தியையும் சலீமுல்லாவையும் அவன் குடிசைக்கு எதிராக இருந்த சிறு குடிலில் தங்க வைத்தான். நாளைக்குள் புது குடிசை ஒன்று வேய்ந்து தருவதாகச் சொன்னான். சலீமுல்லா இதுவே தாராளமாக உள்ளது, இங்கேயே தங்கிக் கொள்வோம் என்றான். ஒகோவோ அவர்களை இளைப்பாறச் சொல்லிவிட்டு கிராமத் தலைவரைப் பார்த்து அவர்கள் வருகையை பற்றிச் சொல்லிவிட்டு வருவதாகக் கிளம்பினான்.

வெளியில் இருந்த கடும் குளிர் குடிசைக்குள்ளே வந்தவுடன் கதகதப்பாக மாறியது. சுகந்தி அங்கு இருந்த வைக்கோல் மேல் அவள் சிறு மூட்டையைப் போட்டுவிட்டு தொப்பென அதன் மேல் சரிந்தாள். சில நிமிடங்கள் கழித்து மே மே

எனக் கத்தியபடி பெரும் சத்தத்தைக் கிளப்பிக்கொண்டு ஒரு சிறு ஆட்டு மந்தை குடிசைக்குள் புகுந்தது. சுகந்தியையும் சலீமுல்லாவையும் பார்த்து மிரண்டு மீண்டும் வெளியே ஓடியது. இந்த திடீர் சத்தத்தைக் கேட்ட சலீமுல்லா பயந்து திடுக்கிட்டான். சுகந்தி அதைப் பார்த்துவிட்டதை சலீமுல்லா கண்டுகொண்டு முகம் சுளித்து சமாளித்தான். சுகந்தி பெரியதாக சிரிக்க அவனுக்கு திரையரங்க நிகழ்வு ஞாபகத்திற்கு வந்து வெட்கமானது. அவள் முகம் நீண்ட நாள் கழித்து மீண்டும் புன்னகையை வெளிப்படுத்தியது.

சுகந்தியும் சலீமுல்லாவும் பயண அசதியால் உறங்கி விட்டனர். இரவு கவ்விக்கொண்டது. வெளியில் கேட்கும் சத்தத்தால் சலீமுல்லா விழித்துக் கொண்டான். வெளியில் தீப்பந்தங்களும் காட்டு விலங்குகளை அண்ட விடாமல் ஆங்காங்கே நெருப்பும் மூட்டப்பட்டிருந்தது. வெளியே வந்த சலீமுல்லாவைப் பார்த்த ஒகோவோ சைகை காட்டினான். ஒகோவோ அவன் பாரம்பரிய உடைக்கு மாறி இருந்தான். தோள்பட்டையில் வெள்ளை, சிவப்பு, கருப்பு சாயங்கள் கொண்டு ஏதோ ஒரு வகை உருவத்தையும் குறியீடுகளையும் வரைந்திருந்தான். அது என்னை பேய்களிடமிருந்து காக்கும் என தன் குடும்பத்தினர் நம்புவதாகக் கூறினான். இடுப்பில் சிறு தோல் கச்சை கொண்டு அவன் குறியை மறைத்திருந்தான். சிறிது நேரம் கழித்து சுகந்தியும் வெளியே வந்தாள். ஒகோவோ அவளையும் கையசைத்து வரவேற்றான். அவன் அருகில் அமர்ந்திருந்த இரண்டு பெண்களிடம் ஏதோ சொன்னான். அவர்கள் எழுந்து எதிரே இருந்த குடிசைக்குள் ஓட்டமும் நடையுமாகச் சென்றனர். சென்றவர்கள் சிறிது நேரம் கழித்து ஒகோவோவுக்கு சைகை காட்டினர். ஒகோவோ என் மனைவிகள் அழைக்கிறார்கள், சாப்பிடப் போவோம் என்று அவர்களை அழைத்துச்சென்றான்.

ஒகோவோ ஐந்து பெண்களை மணந்திருந்தான். எட்டு குழந்தைகள் இருந்தனர். சுகந்திக்கும் சலீமுல்லாவிற்கும் மூங்கில் இலைகளால் செய்யப்பட்ட பெரிய தட்டில் வேக வைத்த சேனைக்கிழங்குகள் மொய் மொய் *(Moi Moi)* என அழைக்கப்படும் முட்டை, மாட்டிறைச்சி மற்றும் பீன்ஸினால் செய்யப்பட்ட புட்டும் வெங்காயம், தக்காளி, மிளகாய் மற்றும் மசாலாக்கள் சேர்க்கப்பட்டு செய்யப்படும் பாரம்பரிய சோறும்

மூலாம் பழ விதைகள், மீன்கள் மற்றும் ஆட்டிறைச்சியால் செய்யப்பட்ட இகுசு (Egusu) ரசமும் பரிமாறப்பட்டது. ஒகோவோ மற்றும் அவன் நான்கு பையன்களும் அவர்களுடனே உட்கார்ந்து உணவு உண்டனர். ஒகோவோ ஏதேனும் குறை இருந்தால் பொறுத்துக் கொள்ளுங்கள் என்றான். நாளை நம் கிராமத்தில் ஒரு திருமணம் நடைபெற உள்ளது. ஊர் தலைவர் உங்களையும் கலந்து கொள்ளும்படி கேட்டுக்கொண்டார் என்றான். நீங்கள் இரவு நன்றாக தூங்கி ஓய்வெடுங்கள். நாளை விடியற்காலையில் நான் வந்து எழுப்புகிறேன் என்றான்.

காலை நன்றாகப் புலர்ந்திருந்தது. காட்டில் பறவைகள் பாடிக்கொண்டிருக்க கிராமத்தில் சேவல்களும் பதில் கொடுத்துக் கொண்டிருந்தன. காற்று மண் வாசனையைத் தூக்கிச் சுமந்தபடி திரிந்தது. ஒகோவோ கதவைத் தட்டி அவர்களை எழுப்பினான். இருவரும் வெளியே வந்தனர். மக்கள் மகிழ்ச்சியாகவும் பரபரப்பாகவும் ஓடிக்கொண்டிருந்தனர். ஒகோவோவின் மனைவிகளும் குழந்தைகளும் சுகந்தியை வந்து சுற்றிக் கொண்டனர். ஒகோவோ விழாவிற்கு நீங்கள் எங்கள் பாரம்பரிய உடையில் வந்தால் நாங்கள் மகிழ்ச்சி அடைவோம் என்றான். எங்களையும் நீங்கள் விரும்புவதாக அர்த்தம் என்றான். சுகந்தி வேகமாக சலீமுல்லாவைக் காட்டி இவன் முதலில் வருவான் இவனுக்கு உடை மாற்றி விடுங்கள் என முந்திக்கொண்டு கூறினாள். சலீமுல்லாவும் சிரித்தபடி ஒகோவோவுடன் சென்றான். சிறுவர்கள் சுகந்தியை குடிசைக்குள் இழுக்க, "இருங்க டா அவன பாத்துட்டு வரேன்" என சைகை காட்டினாள்.

அரை மணி நேரம் கழித்து சலீமுல்லா வெளியே வந்தான். சுகந்தி கலகலவென சிரிக்கத் தொடங்கினாள். அவளுடன் சேர்ந்துகொண்டு அனைவரும் சிரித்தனர். அனைவரும் சிரிப்பதைப் பார்த்து அவன் கூச்சப்பட்டுப் போனான். சலீமுல்லா கிட்டத்தட்ட நிர்வாணமாக நின்றான். அவனின் ஒல்லியான கோதுமை நிற மேலுடம்பு மற்றும் முகம் பல வண்ணங்கள் கொண்டு சித்திரமாகத் தீட்டப்பட்டிருந்தது. மூங்கில் இலையால் பின்னப்பட்ட சிறு கச்சை கோவணம் அவன் இடுப்பிலிருந்து கீழிறங்கி அவன் குறியை மறைத்து பின் பக்கமாகச் சென்று மீண்டும் இடுப்பில் பிணைக்கப்

பட்டிருந்தது. அவன் இரண்டு பிட்டங்களும் வெறுமென விடப்பட்டிருந்தன. அவன் ஆண் குறியின் மேல் நேராக வானை பார்த்தபடி ஒரு அழகிய வேலைப்பாடுகள் செய்யப்பட்ட மாட்டுக்கொம்பு ஒன்று பிணைக்கப்பட்டிருந்தது. அது அவர்கள் ஆண்மைக்குச் சான்று என சொல்லப்பட்டது. இனத்திற்காக அதிக குழந்தைகள் கொடுத்தவர்களுக்கும் வயதின் மூப்பைப் பொருத்தும் மாட்டுக்கொம்பின் உயரம் மாறுபடும். சலீமுல்லாவின் கால்கள் அவன் முட்டிவரை சிவப்புச் சாயத்தால் நனைக்கப்பட்டிருந்தன. அவன் சுகந்தி அருகில் வர வர அவளால் சிரிப்பை அடக்கிக்கொள்ள முடியவில்லை. ஒகோவோ பின்னாலிருந்து ஓடிவந்து சலீமுல்லாவின் கழுத்தில் நிறைய மணிகளைப் போட்டான். அவன் கையில் வேலைப்பாடுகள் கொண்ட ஒரு மூங்கில் குச்சியைக் கொடுத்தான். மாப்பிள்ளை வீட்டார் இதை வைத்திருக்க வேண்டுமென்றான்.

“ரொம்ப சிரிக்காத நீ போயிட்டு வருவள்ள, அப்போ நா பாத்துக்குறேன்” என்றான் சுகந்தியைப் பார்த்து. அரை மணி நேரம் கழித்து சுகந்தியும் வந்தாள். ஆனால் அவளைப் பார்த்து யாரும் சிரிக்கவில்லை, அவள் ஒரு குட்டி தேவதை போல் இருந்தாள். அவள் தலையில் பூக்களைக் கொண்ட அழகிய கிரீடம் ஒன்று சூட்டப்பட்டிருந்தது. தலைமுடியை பூக்களினாலும் வண்ணமான மணிகளினாலும் சேர்த்துப் பின்னி பின் பகுதியை கொண்டையாகவும் முன் பகுதி கீழே சரியும்படியும் அலங்கரித்திருந்தனர். அவள் முலைகளை தேங்காய் நார் கொண்டு கோப்பை போல் பின்னப்பட்ட கயிறுகளால் முதுகில் பிணைத்திருந்தனர். அந்த கோப்பைகளின்மேல் கருப்பு சிவப்பு நிறத்தில் வளையமாக மார்பகம் வரையப்பட்டிருந்தது. அவளின் மேல் மார்பை மணிகள் கொண்டும் பறவைகளின் இறகுகள் கொண்டும் மாலையாக அலங்கரித்திருந்தனர். இடுப்பைச் சுற்றி நீல நிற மணிகளும் அதற்குக் கீழ் தோல் வாரால் சுற்றப்பட்டும், தோல் வாரில் பனை ஓலைகளும் தென்ன ஓலைகளும் அவள் முட்டி வரை கீழ்நோக்கி பட்டை பட்டையாக தொங்க விடப்பட்டிருந்தன. அனைத்துப் பட்டைகளும் ஒவ்வொரு நிறங்கள் கொண்டு தீட்டப்பட்டிருந்தது. அவள் முழங்காலை பூக்களும் மணிகளும் சிலம்பு போல் சுற்றி இருந்தன. சிவப்பு உதட்டுச் சாயமும் கண் மையும் அதைச் சுற்றி பச்சை,

ஊதா நிறங்கள் கொண்டு சிறு வடிவங்களையும் ஓவியமாக வரைந்திருந்தனர்.

சுகந்தி வெட்கபட்டுக்கொண்டு வாயிலைத் தாண்டி வெளியே வரவில்லை. வெட்கத்தில் அவள் முகம் ஒப்பனையிட்டது போல் மேலும் சிவந்திருந்தது. ஒகோவோவின் மனைவிகள் மற்றும் குழந்தைகள் கைதட்டி சத்தமாக சிரித்தபடி அவளைச் சுற்றி வந்து பாடத் தொடங்கினர். அது மேலும் அவளை வெட்கமடையச் செய்தது. கருமை நிற உடல்களுக்கு மத்தியில் வெண்மையாக தனித்துக் காணப்பட்டாள் சுகந்தி. ஒகோவோ மகிழ்ச்சி அனைவரும் செல்வோம் என்றான்.

அவனுடைய இளைய மகளை அவன் தோள்பட்டையில் தூக்கி அமர வைத்துக்கொண்டு சத்தமாகப் பாடியபடி புறப்பட்டான். நான்கு ஐந்து குடிசைகளைத் தாண்டிச் செல்லச் செல்ல சிறு கூட்டமாக மாறி அனைவரும் சேர்ந்து பாடிக் கொண்டு அவர்கள் கோயில் விழா நடக்கும் இடத்திற்குச் சென்றனர். அவர்கள் கோயிலை அடையும் முன்னரே அங்கு பெரிய கூட்டம் கூடி நின்றது. ஊர்த் தலைவரும் வந்திருந்தார். வெட்ட வெளியான இடத்தில் கிட்டத்தட்ட நூறடி உயரத்தில் பெரிய பிரமிட் ஒன்று எழுப்பப்பட்டிருந்தது. அதன் அடிவாரத்தில் இக்போகளின் முதன்மைக் கடவுளான சுக்கூவின் *(Chukwu)* சிலையும் அதற்கு கீழ் இகென்கா *(Ikenga)*, அலா *(Ala)* என்றழைக்கப்படும் தேவதை சிலைகளும் அவர்கள் முன்னோர்களுக்கான சிலைகளும் காட்சிப்படுத்தபட்டிருந்தன. சுக்கூ ஆறடி உயரத்தில் நீண்ட முகமும் பெரிய கண்களும் நீண்ட மூக்கு, உதடுகளும் நீண்ட ஒல்லியான கை, கால்களும் கொண்டிருந்தார். அவரே அனைத்திற்கும் மூலம் என இக்போ மக்கள் நம்பினர்.

மணமக்கள் சிவப்பு உடையில் அலங்கரிக்கப்பட்டு சுக்கூ முன் கொண்டுவரப்பட்டு ஆசிர்வதிக்கப்பட்டனர். அவர்கள் மேல் ஊர்த் தலைவர் நீரையும் சில இலைகள் விதைகளையும் தூவினார். பின் அனைத்துக் கூட்டமும் பெரிய மரங்களால் சூழப்பட்ட ஓர் பெரிய கூடாரம் நோக்கிச் சென்றது. அங்கு தான் மக்கள் மத்தியில் திருமணம் நடைபெறும் என ஒகோவோ சொல்லிக்கொண்டே நடந்தான். கூடாரத்தை அடைந்த கூட்டம் அமைதியாக நின்றது. பெண் வீட்டார் வலது புறமும்

மாப்பிள்ளை வீட்டார் இடது புறமும் பிரிந்து நின்றனர். ஊர்த் தலைவர் பேசத் தொடங்கினார். பெண் வீட்டாரிடம் மாப்பிள்ளைக்குக் கொடுக்க வேண்டிய சீரைக் கேட்டு வாங்கி கைமாற்றினார். இந்தத் திருமணத்தில் அனைவருக்கும் மகிழ்ச்சி; பையன் எந்த சூழ்நிலையிலும் பெண்ணைக் கைவிடக் கூடாது என்ற வாக்குறுதியுடன் திருமணம் முடியட்டும் என்றார். மாப்பிள்ளை பெரிய புன்னகையுடன் அவன் கையில் வைத்திருந்த குச்சியை உடைத்து எதிரில் நின்ற பெண்ணுக்குப் பின்புறம் தூக்கிப்போட்டான். அதைத் தொடர்ந்து மாப்பிள்ளை வீட்டார் அனைவரும் குச்சியை உடைத்து பெண் வீட்டார் பக்கம் போட்டனர். ஒகோவோ சலீமுல்லாவையும் உடைத்துப் போடச் சொன்னான். திருமணம் முடிவடைந்தது. கொண்டாட்டம் ஆரம்பிக்கட்டும் என்றார் ஊர் தலைவர்.

ஊர் மக்கள் இரண்டு பன்றியை தூக்கிக்கொண்டு வந்தனர். மணமக்கள் அதைக் கொன்று விருந்தினர்களுக்கு உணவு வழங்கச் சம்மதம் தெரிவிக்க வேண்டும். மாப்பிள்ளை கையில் ஒரு அம்பைக் கொடுத்தனர். அவன் ஒரு பன்றியின் கழுத்தில் அம்பைப் பாய்ச்சினான். பன்றி அலறியபடி மடிந்து விழுந்தது. பெண் ஒரு கத்தியை எடுத்து மற்றொரு பன்றியின் கழுத்தை அறுத்துக் கொன்றாள். கூட்டம் ஆரவாரமாகக் கத்தியது. முதியவர்கள் வரிசையாக அமர்ந்து அவர்கள் தோல் கருவிகளை எடுத்து இசைக்கத் தொடங்கினர். அனைத்துக் கருவிகளின் ஒலிகளும் ஒன்று சேர்ந்து ஒரு நயமான தாளத்தை உண்டாக்கின. அதைக் கேட்டு கூட்டம் உற்சாகமாகக் கை தட்டி சத்தம் எழுப்பியது. கூட்டத்திலிருந்து ஒரு பெண் நடுவில் வந்து அந்த ஒலிக்கேற்ப அவள் இடுப்பை வளைத்து சுற்றிச்சுற்றி ஆடத் தொடங்கினாள். அதைப் பார்த்த இளம் ஆண்கள் ஆர்ப்பரித்தனர். தோல் கருவிகளைத் தொடர்ந்து துளை மற்றும் நரம்பு கருவிகள் கொண்டு இசை எழுப்பினர். அது ஒரு குதூகலத்தை உண்டாக்கியது. ஆங்காங்கே கூட்டம் சிதறி ஆடத் தொடங்கியது. நடுவில் ஆடிய பெண்ணுடன் இன்னொரு பெண் சேர்ந்து கொண்டாள். தாளத்திற்கு ஏற்றாற்போல் அவர்கள் பிட்டத்தை மட்டும் லாவகமாக அசைத்தாடி கூட்டத்தைக் கிறங்கடித்தனர். தொடர்ந்து அவர்கள் இடுப்பையும் மார்பகங்களையும் காற்றில் அங்குமிங்கும் அசைந்தாடும் மாம்பழங்களைப் போல் சுழன்றோடச் செய்தனர். மெல்லத்

தாளம் உச்சத்தை அடைய இரு பெண்களும் மணமக்களைச் சீண்டினர். மாப்பிள்ளை முதலிரவில் எவ்வாறு பெண்ணிடம் கெஞ்சுவான் என சைகை காட்டி கிண்டலடித்தனர். அதைக் கண்ட கூட்டம் கைதட்டி கூச்சலெழுப்பிச் சிரித்தது. தொடர்ந்து அவர்களுக்குள் நடைபெறப் போகும் காம விளையாட்டை கிண்டலடித்து ஆடினர். இரு பெண்களுடனும் சேர்ந்து சிறுவர்கள், சிறுமியர்கள், குழந்தைகள் என மற்றவர்களும் கூட்டாக ஆடத் தொடங்கினர். ஒகோவோவும் கூட்டத்திற்கு நடுவே குதித்து ஆடத் தொடங்கினான். அவன் வேகமாக வந்து சுகந்தி, சலீமுல்லா கையைப் பிடித்து இழுத்தான். வெட்கத்தால் சுகந்தி பின்னோக்கி ஓடினாள். இடைவிடாமல் ஆடிக்கொண்டிருந்த கூட்டத்திற்கு பருக வெள்ளை நிற பானங்களைக் கொடுத்தனர். அனைவரும் அதை வாங்கிப் பருகினர். ஒகோவோவின் மனைவிகள் அதை எடுத்துவந்து சுகந்தி, சலீமுல்லாவிற்கும் மற்றவர்களுக்கும் கொடுத்தனர். பானத்தைக் குடித்த சுகந்தி ஒரு விதக் களிப்பை உணரத் தொடங்கினாள். கூட்டம் அதிக உற்சாகம் கொண்டது. மேலேயிருந்து ஒரு கூட்டம் ஆடிக்கொண்டிருந்தவர்கள் மேல் நீரை வாரி இறைத்து உற்சாகமூட்டியது.

ஒகோவோ மீண்டும் சுகந்தியை நடுவே இழுத்தான். சலீமுல்லாவைத் தேடிய சுகந்தி அவன் ஒரு பெண்ணுடன் கட்டிப் பிடித்து ஆடிக்கொண்டிருப்பதை பார்த்து திகைத்து சிரித்தாள். மெதுவாகத் தாளம் அவளைப் பற்றிக்கொள்ள அவளும் அவள் இடுப்பை அசைத்தாள். கூச்சம் போக கூட்டத்துடன் சேர்ந்துகொண்டு ஆடினாள். கத்தி மகிழ்ந்தாள். ஒரு மணி நேரம் கழித்து கூட்டம் சோர்ந்து மெல்ல அடங்கியது. அனைவரும் பெரிதாகச் சிரித்தபடி இருந்தனர். விருந்து ஆயத்தமாக உள்ளதாக மணமக்கள் வீட்டார் அழைத்தனர். பன்றி, மாட்டு, கோழி, ஆட்டிறைச்சி, கிழங்கு வகைகள், சோறு வகைகள், வித விதமான ரசங்கள், இனிப்புகள், பானங்கள் என அனைவரும் மகிழ்வாக உற்சாகமாக உண்டு களித்தனர். மாலை கூத்து கட்டுவார்கள் என ஒகோவோ சொன்னான். அவர்கள் உண்டு முடித்தபின் அந்தக் கோயில் பகுதியிலேயே ஓய்வெடுத்து பேசி நேரத்தைக் கழித்தனர். சூரியன் மறைந்தவுடன் மணமக்களை முதலிரவு சடங்கு செய்து அவர்கள் குடிசைக்கு அனுப்பி வைத்தனர்.

இரவு உணவும் பரிமாறப்பட்டது. இயற்கையாக அமைந்திருந்த மேட்டில் ஒரு குழு கூத்துக்கட்டத் தொடங்கியது. விடிய விடியக் கூத்து நடைபெறும் என்று சொன்னார்கள். கூத்தின் மையக் கதையாக இக்போ மக்களின் தவறுகளால் சுக்கூ கடவுள் சினம் கொள்கிறார். அதனால் யாரும் எதிர்பார்க்காத ஒரு இரவு கடலுக்கப்பாலிருந்து ஆயுதங்களோடு வெள்ளை நிறப் பேய்களையும் சாத்தான்களையும் அனுப்பி வைக்கிறார். இவர்கள் இடத்திற்கு வந்த சாத்தான்கள் அனைத்தையும் நாசம் செய்கின்றன. குழந்தைகள், ஆண்கள், பெண்கள், கால்நடைகள் என அசையும் அனைத்தையும் இரக்கமின்றி துப்பாக்கிகள் கொண்டும் பீரங்கிகள் கொண்டும் கொன்று குவிக்கின்றன. சிறுவர்களை, இளம் ஆண், பெண்களை கைதிகளாக்கிக் கடத்திச் செல்கின்றன. அப்படிக் கடத்திச் செல்லப்பட்ட சிறுவனின் தாய் ஒருத்தி சுக்கூவிடம் கதறி அழுகிறாள். குழந்தையைத் தேடி எல்லா திசைகளிலும் பயணிக்கிறாள். அவன் நினைவில் வாடுகிறாள். அவனுக்குப் பிடித்த பாடல்களைப் பாடி அவனை அழைக்கிறாள். அவனுக்காக விதவிதமாக உணவுகள் செய்து காத்திருக்கிறாள். ஆனால் அவன் வரும் சுவடே இல்லை. எங்கும் அவனைக் காணோம். கடைசியாக அந்த வெள்ளைச் சாத்தான்களை ஒரு இடத்தில் பார்த்து அவர்களை நோக்கி ஓடுகிறாள். அவைகள் அந்தத் தாயையும் சுட்டு வீழ்த்துகின்றன. அவள் மடியும் முன் வானை நோக்கி, இக்போ மக்களை நோக்கி "இபிலீ இபிலீ" என வான் கிழியும்படி கத்தி மடிகிறாள். கூடி இருந்த மக்கள் கண்ணீருடன் அதைப் பார்த்தபடி இருந்தனர். மொழி புரியவில்லை என்றாலும் சுகந்தியால் அதை உணர முடிந்தது. ஒகோவோவிடம் அவள் கடைசியாக என்ன கூறினாள் எனக் கேட்டாள். ஒகோவோ சில நொடி சிந்தித்து ப்ஃரீ (free) இல்லை ரைஸ் (rise)… சில வினாடிகளுக்குப் பின் லிபரேட் (Liberate) என்பது சரியாகப் பொருந்தலாம் என்றான். சுகந்திக்குப் புரிந்தது. அந்த மக்கள் எப்போதும் மகிழ்வோடு காணப்பட்டாலும் மனதின் அடியாழத்தில் வலியோடும் பயத்தோடும் வாழ்ந்து கொண்டிருந்தனர். அவர்கள் துயரத்தை அவர்கள் புன்னகை மறைத்திருந்தது. யாரோ ஒருவனின் சுயநலம், அகங்காரம், வெறி, கோபம், ஆசை எங்கோ ஒருவர் வாழ்வைக் கிழித்தெறிந்து சிதைத்துக் கொண்டிருக்கிறது. கூத்து தொடர்ந்தது. கூட்டத்தில் சிலர் கலைந்தனர். சிலர் புதிதாக

வந்து சேர்ந்தனர். சுகந்தியின் மனம் கனத்தது. அவள் படுக்கச் செல்வதாகக் கூறிவிட்டு அவள் குடிசையை நோக்கிச் சென்றாள். உறக்கம் அவளைத் தீண்டவில்லை. அந்த தாயின் அழுகுரல் மட்டும் மீண்டும் மீண்டும் அவளை உரசிக்கொண்டே இருந்தது. அவள் உதடுகள் லிபரேட் லிபரேட் என முணுமுணுத்தன. அவள் மெல்ல உறங்கிப்போனாள்.

9

துடி பதிமூன்று வயதை எட்டி இருந்தான். அவனும் கடம்பனும் பெரிதாக பேசிக்கொள்வதில்லை. கடம்பன் அவனை அருகிலிருந்த வெள்ளையர்கள் படிக்கும் பள்ளியில் சேர்த்திருந்தான். அங்கு அவன் பல ஏற்ற தாழ்வுகளைச் சந்தித்தான். இதைப் பற்றிக் கடம்பனிடம் கூறியபோது அதை நீதான் எதிர்கொள்ள வேண்டும், என்னிடம் வரதே என என்று சொல்லி விரட்டிவிடுவான். கேலியும் பகடிப் பேச்சுகளும் மெதுவாக சீண்டலாகவும் கைகலப்பாகவும் மாறியது. துடி எத்தனை பேர் சூழ்ந்தாலும் பயந்து ஓடாமல் எதிர்த்து நிற்பான். தினமும் துடி அடிவாங்கிக்கொண்டும் இரத்தக் காயங்களுடனும் குடிசைக்கு திரும்புவது வழக்கமானது.

கடம்பனின் சேரி விரிவாகி இருந்தது. அண்டை சேரி மக்களும் நாடோடிக் கூட்டமும் கடம்பனின் சேரியில் வந்து ஒண்டிக்கொண்டே இருந்தனர். நூறு இளைஞர்களுக்கும் அதிகமானவர்களை சண்டைப் பயிற்சியிலும் உடற்கல்விப் பயிற்சியிலும் ஈடுபடுத்தியிருந்தான். அவன் யாருக்கும் நேரடியாக குத்துச்சண்டையைப் பயிற்றுவிப்பதில்லை. அனைத்திற்கும் பயிற்சியாளர்கள் தான். கடம்பனின் சண்டைக் கூடம் பற்றி அறிந்த பல செல்வந்தர்களும் பிரெஞ்சு, பிரிட்டன்

பிரமுகர்களும் தங்கள் மகன்களை அதில் சேர்த்து விட்டனர். பலர் கடம்பனிடம் தங்கள் மகனுக்குப் பயிற்சி வழங்கும்படி கேட்பர். அவன் நாள் செல்லட்டும் பார்ப்போம் என்று சொல்லிவிடுவான்.

அவன் கட்டிவந்த பள்ளிக்கூடம் முடிவடைந்திருந்தது. வரும் கல்வியாண்டில் அதைத் தொடங்க முடிவு செய்திருந்தான். சேரிக் குழந்தைகள், சிறுவர்கள் கட்டாயம் சேர்ந்தே ஆகவேண்டும் எனக் கட்டளையிட்டிருந்தான். பல பெற்றோர்கள் தங்கள் குழந்தைகளின் வருமானத்தை நம்பியே இருந்தனர். எது எப்படி இருந்தாலும் அவன் முடிவில் தீர்மானமாக இருந்தான்.

ஒரு நாள் காலை பயிற்சிக் கூடத்திற்கு துடி வந்தான். நேராக உள்ளே சென்று அங்கு கட்டித் தொங்க விடப்பட்டிருந்த மண் மூட்டைகளைக் குத்தத் தொடங்கினான். அங்கு இருந்த பயிற்சியாளர்கள் துடியைக் கண்டு கொண்டனர். கடம்பனின் மகன் என்பதால் யாரும் எதுவும் கேட்கவில்லை. சிறிது நேரம் கழித்து மேல் தளத்திலிருந்து கடம்பன் துடி மூட்டையைக் குத்துவதைப் பார்த்தான். ஆனால் எதுவும் கேட்காமல் நகர்ந்து விட்டான். அன்றிலிருந்து துடி தினமும் காலை வரத் தொடங்கினான். மண் மூட்டையை இடைவிடாமல் குத்திக்கொண்டிருப்பான்.

“கைக்கு பயிற்சி கொடுக்காம மூட்டைய மட்டும் குத்துனா கை திசுலான் கிழிஞ்சிடும்.”

“பயிற்சினா... எப்படி பண்ணுறது?”

சக சிறுவன் ஒருவன் துடியை அருகிலிருந்த பயிற்சியாளரிடம் கூட்டிச்சென்றான்.

“மாஸ்டர் இவனுக்குக் கத்துதாங்க.”

“டேய் உன்னோட வேல எது, அவனுக்கு வேணும்னா அவன் வந்து கேக்க மாட்டானா. அதிகப்பிரசங்கி...” என பயிற்சியாளர் வந்த சிறுவனைத் திட்டி விரட்டி விட்டான்.

“ஏன்டா நீ எங்ககிட்டலான் வந்து கத்துக்கொடுக்க சொல்லி கேக்கமாட்டியா. வந்தா நேரா குத்த வேண்டியது. பெரிய ஆளா

நீ... இப்போவே திமிரு..." என துடியைப் பார்த்துக் கூறிவிட்டு அங்கிருந்து நகர்ந்தான்.

துடி சிறிது நேரம் அங்கேயே மௌனமாக நின்றுவிட்டு மீண்டும் மூட்டையைக் குத்தச் சென்றுவிட்டான். ஞாயிற்றுக்கிழமை விடுமுறையிலும் துடி அங்கு வந்து மூட்டையைக் குத்திக்கொண்டிருந்தான்.

"கைய நேரா வை. எதுக்கு இவ்ளோ பின்னாடி கைய கொண்டுவந்து திரும்பக் குத்துற..."

சத்தத்தைக் கேட்டு துடி திரும்பினான். கடம்பன் அவன் அறையிலிருந்து அவனை நோக்கி கீழிறங்கி வந்து கொண்டிருந்தான். துடி எதுவும் பேசாமல் மௌனமாக இருந்தான்.

"எதுக்கு சண்ட கத்துக்கனும்."

"ஏ கூட படிக்கற பசங்கள அடிக்கனும்."

"அதுக்காக மட்டும் கத்துத்தர முடியாது..." எனக் கூறிவிட்டு கடம்பன் சென்றுவிட்டான்.

துடி தினமும் விடாமல் வந்தான். கடம்பன் செய்யும் பயிற்சிகளை தூரமாக நின்று பார்க்கத் தொடங்கினான். மெல்ல அதை அரைகுறையாகச் செய்து பார்த்தான். தொடர்ந்து அதையே பயிற்சி செய்து பழகினான்.

சில நாட்கள் கழித்து பிரெஞ்சுக்காரன் ஒருவன் அவன் மகனை கடம்பனின் கூடத்திற்கு அழைத்து வந்தான். உள்ளே வந்தவுடன் கடுமையாகக் கத்தினான். கடம்பனை அழைத்தான். கூடத்தில் இருந்தவர்கள் பயந்து விட்டனர். கடம்பன் வெளியே வந்து என்ன என்றான். பிரெஞ்சுக்காரன் மகனின் கண் இமைகள், உதடுகள் கிழிந்திருந்தன. இடது கன்னம் இரத்தம் கட்டி வீங்கி இருந்தது. துடி அவனை அடித்திருக்கிறான். கடம்பனிடம் இதைப் பற்றிக் கூறி நீதான் அடிக்கச் சொன்னாயா எனக் கத்தினான்.

"சிறுவர்கள் விஷயத்தில் நாம் தலையிட முடியாது. அவர்களே பார்த்து கொள்ளட்டும்" என்றான் கடம்பன்.

"நீ யார்கிட்ட பேசிட்டு இருக்க தெரியுமா. மொத்தமா உங்கள நசிக்கிடுவ."

"யார் டா நீ இப்போ வெளிய போல உன்னோட மூஞ்ச பேத்துடுவேன். தைரியம் இருந்தா நில்லு. இல்ல உன்னால என்ன பண்ண முடியுமோ பண்ணு."

கடம்பனின் இந்த பதிலை பிரெஞ்சுக்காரன் எதிர் பார்க்கவில்லை. வேறு வழி இல்லாமல் அங்கிருந்து கிளம்பினான். கடம்பன் அனைவரையும் பயிற்சியைத் தொடரும் படி சொன்னான். துடியைப் பார்த்தான். அவன் ஒரு மண் மூட்டையின் பின் மறைந்து நின்றுகொண்டிருந்தான். பயிற்சி முடிந்து அனைவரும் கலைந்தனர்.

"அதா அவன அடிச்சிட்டல அப்பறம் இங்க என்ன வேல."

"இன்னும் நெறய பேர அடிக்கனும். உன்னையும் அடிக்கனும்" என்றான் துடி.

அதைக் கேட்டு கடம்பன் சிரித்தான். பாம்பு போட்ட குட்டி பாம்பு தான் என அவனுக்குள் கிசுகிசுத்தபடி சென்றான்.

துடி, கடம்பனை தூரமாக நின்று பார்த்துக்கொண்டே இருந்தான். நாட்கள் செல்லச் செல்ல கடம்பன் துடியை அழைத்து சில நகர்வுகளை மேலோட்டமாகச் சொன்னான். துடி அதைச் செய்யும் போது சில திருத்தங்களைச் செய்தான். இதை கவனித்த சில பயிற்சியாளர்கள் அவர்களுக்குள் எதையோ பேசிக்கொண்டனர்.

ஒரு வாரம் கழித்து ஜெய்ப்பூரைச் சேர்ந்த நகை வியாபாரி ஒருவன் கடம்பனைப் பார்க்க வந்தான். முன்பு தன் மகனுக்குப் பயிற்சி அளிப்பதாக சொன்னதை பற்றிக் கேட்டான். இப்போது பயிற்சி அளிக்கும்படி கேட்டுக்கொண்டான். "அவன் இந்தியக் கண்டத்தில் நடைபெற்ற போட்டிகளில் வென்றுள்ளான். அவனை உலகளவில் எடுத்துச் சென்றால் பிரிட்டன் அரசுத் துறையில் முக்கிய ஆளாக சுலபமாகக் கொண்டு வந்து

விடுவேன்" என்றான். கடம்பன் "அவன் சரியான முறையில் சென்று கொண்டுள்ளான்; அவன் பயிற்சியாளருடன் ஒத்துப்போகிறது. நான் இடையில் செல்வது சரிவராது. மேலும் நான் யாருக்கும் பெரிதாக சொல்லிக்கொடுப்பதில்லை" என்றான். நகை வியாபாரி "நீங்கள் துடிக்குப் பயிற்சி அளிப்பது எனக்குத் தெரியும். ஏன் உங்கள் மகன் என்பதால் உயர்வா" என்று பகடியாகக் கூறினான். இந்த வார்த்தைகள் கடம்பனைத் தைத்துவிட்டன. அவன் இருக்கையிலிருந்து வேகமாக எழுந்தான். வியாபாரியை வெளியே அழைத்தான். "சண்டையும் வெற்றியும் பயிற்சியாளரிடம் இருந்து மட்டும் வராது. இல்லை பாதுகாப்பான வேலைக்காக, பெயர், புகழுக்காக வராது" எனக் கூறிக்கொண்டே மேல் தள அறையிலிருந்து கீழே இறங்கினான். துடியை அழைத்தான். "உன் மகனைக் கூப்பிடு. துடியுடன் இப்போது சண்டையிடச் சொல். அவன் வென்றால் நான் பயிற்சி தருகிறேன்." வியாபாரி மகனின் பயிற்சியாளன் "இது சரி வராது, துடி அவனுக்கு சமமானவன் இல்லை. மேலும் வியாபாரி மகன் தொழில்முறையில் சிறப்பாக மேம்பட்டுள்ளான். வயதும் எடையும் அதிகம். அவன் சாம்பியன்" என்றான். கடம்பன் பதில் எதுவும் கூறவில்லை. வியாபாரியைப் பார்த்தான். வியாபாரி தலையசைத்தான். "என் மகனுக்குப் பயிற்சியளிக்கச் சம்மதம் தெரிவித்ததற்கு மகிழ்ச்சி" என நகைத்தான். கடம்பனும் புன்னகைத்தான்.

நடுவன் வளையத்திற்குள் ஏறினான். கடம்பன் துடியின் கண்கள் சந்தித்து கொண்டன. துடி வளையம் புகுந்தான். நாக்அவுட் முறையில் மட்டுமே வெல்ல முடியும் என்றான் கடம்பன். வியாபாரி மகனின் பயிற்சியாளன் தலையசைத்தான். அவன் மாணவனுக்கு பல் கவசத்தையும் கையுறைகளையும் மாட்டினான். துடி கடம்பனை நோக்கி கையுறைகளை மாட்டச் சொன்னான். அவன் அங்கு நின்ற ஆட்களிடம் சைகை காட்டினான். துடிக்கு கையுறைகள் மாட்டப்பட்டன.

முதல் சுற்றுக்கான மணி அடிக்கப்பட்டது. வியாபாரியின் மகன் துடியைக் காட்டிலும் இரண்டடி உயரமாகத் தெரிந்தான். அவன் எடுத்தவுடன் தாக்கத் தொடங்கினான். வேகமாகவும் சீராகவும் துடியை வளையத்தின் மூலைக்கு நகர்த்திச் சென்றான். துடியின் தடுப்புகளை உடைத்துக்கொண்டு அவனின் தாக்குதல்

துடியின் முகத்தில் இறங்கியது. முதல் சுற்று முடிவதற்கான நேரம் ஓடிக்கொண்டிருந்தது. துடியால் எதிரியை ஒரு அடிகூட அடிக்க முடியவில்லை. துடி ஒரு இயற்கையான சண்டையாளன். அவன் தானாகவே நிதானித்துக் கொண்டான். யுக்திகளை மாற்றினான். எதிரி தளர்ந்த நொடியில் அவனை இறுக்கி அணைத்து மூலையிலிருந்து வெளியேறினான். நொடிகளில் புதிய யுக்திகளை வகுத்தான். எதிரியின் உயரத்தை அவனுக்குச் சாதகமாக மாற்றினான். அவனின் விலாவைத் தாக்கத் தொடங்கினான். தற்காப்பில்லாத விலாவில் விழுந்த ஐந்தாறு குத்துகள் எதிரியை தடுமாறச் செய்தன.

"லாட்ட கவர் பண்ணு, லாட்ட கவர் பண்ணு" என அவன் பயிற்சியாளன் கத்தினான். விலாவைத் தற்காக்க அவன் முகத்தின் தற்காப்பைக் கீழிறக்கினான். அந்த நகர்வைக் கவனித்த துடியின் வலது கை தற்காப்பு விலகிய எதிரியின் இடதுபக்க முகத்தைத் தாக்கி நெற்றியைக் கிழித்தது. பொல பொலவென இரத்தம் வெளியேற முதல் சுற்று முடிவிற்கான மணி அடிக்கப்பட்டது. இதை வியாபாரியின் தரப்பு எதிர்பார்க்கவில்லை.

இரண்டாவது சுற்றுக்கான மணி அடிக்கப்பட்டது. வியாபாரியின் மகன் அச்சம் கொண்டான். கத்திக்கொண்டு முன்னேறி வந்த துடியைப் பார்த்து பின்னோக்கி ஓடி முடியவில்லை என குனிந்து கையை மேடையில் தட்டினான். நடுவன் போட்டியை நிறுத்தினான். வியாபாரி ஓடிவந்து மகனைத் தூக்கிக்கொண்டான். அவனின் பயிற்சியாளனால் கடம்பனை நேராகப் பார்க்க முடியவில்லை. கடம்பன் அவர்களைப் பார்த்து சண்டைக்குத் தேவை உயரமும் எடையுமில்லை, இதயமென்றான்.

துடியின் கையுறைகளைக் கழட்ட ஆட்கள் விரைந்தனர். கடம்பன் அவர்களை விலக்கிவிட்டு அவனே கழட்டினான். அவன் நெற்றியில் கசிந்த இரத்தத்தை துணியால் துடைத்தான்.

"இன்னக்கி நீ எனக்கு எதையோ ஞாபகப்படுத்திட்ட" என துடியைப் பார்த்துச் சொன்னான். என்ன என்ற துடியிடம் கடம்பன் புன்னகையை மட்டும் வெளிப்படுத்தி அவன் தலையில் தட்டிக்கொடுத்து வீட்டுக்கு செல் என்றான்.

அடுத்த நாள் காலை நான்கு மணிக்கு கடம்பன் துடியை எழுப்பினான்.

"தூங்குனா சண்ட எப்படி போடுறது."

அவர்கள் கூடத்தை அடைந்தார்கள். பொதுவாக அனைவரும் பயிற்சிக்கு வரும் முன்னரே கடம்பன் அவனின் பயிற்சியை முடித்து விடுவான். துடியும் அன்றிலிருந்து கடம்பனோடு பழகத் தொடங்கினான். கடம்பனின் வேகமும் பாணியும் துடியை விரைவாகப் பற்றிக்கொண்டது. நான்கு மாதப் பயிற்சியில் துடி தேர்ந்த குத்துச்சண்டை வீரனானான். துடியை இந்திய மாகாணத்திற்கு இடையே நடைபெறும் இளையோர் சண்டைப் போட்டியில் கலந்துகொள்ள கடம்பன் அனுமதித்தான்.

சண்டைகளை துடி இலகுவாக வென்றெடுத்தான். "உ" என்ற வளையப் பெயரை துடி சூடியிருந்தான். பாம்பேயிலிருந்து இரண்டு வாரம் கழித்து சேரிக்குத் திரும்பிய துடி கடம்பனைத் தேடினான். கடம்பன் கடற்கரையில் ஆர்ப்பரிக்கும் அலைகளைப் பார்த்தபடி இருந்தான். துடி அவன் அருகே சென்று அமர்ந்தான். பாறைகளில் பெரிய ஒலியை எழுப்பியபடி மோதும் அலைகள் சிதறி அவர்களைத் தொட்டது.

"நீ ஜெய்ப்பனு எனக்குத் தெரியும். அடுத்தடுத்த போட்டிக்கு ஆயத்தமாகு, இந்த வெற்றிய மறந்துடு."

"மாஸ்டர் நா உங்கள போல பலமானவன்னு சொன்னாரு."

கடம்பன் துடியைத் திரும்பிப் பார்த்தான்.

"இல்ல நீ உங்க அம்மா மாதிரி. என்னோட பலசாலி."

"அவுங்க இப்போ எங்க?"

"அவள நா தா தவறவிட்டுட்டேன். அவளோட சிந்தன வேற. அது உயரமானது. அவ பக்கத்துல இருக்குறப்போ அது இந்த மண்டைக்கு புரியல. அங்க பாத்தியா அந்தப் பாறைய, அந்த பாற நெனச்சிக்குமா, அது மேல வந்து மோதுர அலைய பாத்து சிரிக்குமா, நா தான் இங்க பலமானவன்னு. ஆனா அந்த பாறைக்கு புரியாது அந்த அலையோட பலம் என்னனு. அதோட

ஆழமும் அடர்த்தியும் என்னனு. பாற மேல மோதுர அல அத ஒரு நாள் பிளந்துடும். நான் பாற மாதிரி உங்க அம்மா அந்த அலகடல்."

கடம்பன் சிரித்துக்கொண்டே துடியைப் பார்த்தான். துடிக்கு ஒன்றும் விளங்கவில்லை.

கடம்பன் அவன் கையால் அவனின் தலையை தட்டி துடியிடம் காட்டினான். "பாரு இது ஒரு துரு புடிச்ச மண்ட. வெள்ளக்கார வளத்த மண்ட. அதான் இப்படி இருக்கு. இதால உங்க அம்மாவ ஏத்துக்க முடியல. முழுசா துரு புடிச்சி போச்சி. திமிரு, ஆணவம், நா சொன்னா வாயமூடிட்டு கேளுனு சொல்லும். அது அப்படிதான். இனி மாத்த முடியாது. ஆனா உங்க அம்மா நல்லவ. அதோட உயரமே வேற." கடம்பன் அவன் கையை காற்றில் தூக்கிக்காட்டி தொடர்ந்து ஏதேதோ பேசினான். அவன் துடியுடன் பேசுவதைக் காட்டிலும் ஒருவிதமாக அவனே புலம்பிக்கொண்டிருந்தான்.

"அவ போகட்டும். துருவோட இருந்தா துருதான் புடிக்கும்" என சொல்லிச் சிரித்தான். மீண்டும் துடியைப் பார்த்துத் திரும்பினான். "நீ இப்போ பெரிய பையனா வளந்துக்கிட்டு இருக்க. நல்லா படி. லண்டனுக்கு போய் மேல படி. அப்பறமா உங்க அம்மாவ தேடி போ. அவளுக்கு நீ வேணும். அவள பத்திரமா பாத்துக்கோ பாத்துப்பியா" என்றான். துடி மௌனமாகவே இருந்தான். "சரி போலாம். போய் ஆயாவ கூட்டிட்டு வா சாப்புடலாம்" என்றான் கடம்பன்.

சுகந்தியும் சலீமுல்லாவும் இரண்டு மாதம் கழித்து லண்டனுக்குப் பயணப்பட்டார்கள். அவர்களுடன் ஒகோவோவும் சென்றுகொண்டிருந்தான். அவர்கள் பயணம் இந்த முறை ஒரு இலக்கை வகுத்திருந்தது.

பழங்குடிகள் திருமணம் முடிந்த அடுத்த நாள் காலை எழுந்தவுடன் சுகந்தி சலீமுல்லாவிடம் "லிபரேட்" என்ற அமைப்பைத் தொடங்குவோம் என்றாள். அதன் மூலமாக பிரிட்டனை மட்டுமல்ல மக்களைச் சுரண்டும் ஏகாதிபத்திய நாடுகள் அனைத்தையும் வீழ்த்துவோம் என்றாள்.

“என்ன தூங்கி எழுந்தவொன்னே ஏதேதோ பேசுற. கனவு ஏதாவது வந்துச்சா. நம்ம ரெண்டு பேரும் சேந்து ஐரோப்பா மொத்தமா காலி பண்ணுறோம். ரைட்டு. நானே நேத்தி ஆடுன என்னோட ஆள காணோனு வருத்தத்துல இருக்கேன்.”

“ஏ நா தீவிரமா சொல்லிட்டு இருக்கேன். லிபரேட் ஒரு வித தான். அது நூறு வருஷம் கழிச்சி கூட அதோட இலக்க எட்டட்டும். ஆனா விதைய நம்ம தூவுவோம்.”

சலீமுல்லா சுகந்தியை அமைதியாகப் பார்த்தான். சுகந்தியின் பாவனையைப் பார்த்து அவனுக்கு சிரிப்பு வந்தாலும் அதை அவன் காட்டிக்கொள்ளவில்லை. அவள் தொடர்ந்து பேசினாள். அவளின் பேச்சின் தீவிரமும் உண்மைத்தன்மையும் சலீமுல்லாவிற்கு விளங்கியது. சுகந்தி அவளையும் அறியாமல் சத்தமாக அவள் கையை ஆட்டியபடி பேசிக்கொண்டிருந்தாள். ஒகோவோ சத்தம் கேட்டு வெளியே வந்தான். என்னையும் சேர்த்துக்கொள்ளுங்கள் என்றான். ஒகோவோவின் ஊடுருவல் சுகந்தியை மீண்டும் அவள் இயல்பிற்கு மீட்டு வந்தது. அவள் மீண்டும் பேசத்தொடங்கினாள். அன்று மாலை வரை இருவரிடமும் பேசிக்கொண்டே இருந்தாள். அன்று அந்த ஆப்பிரிக்க இக்போ மண்ணில் “லிபரேட்” தோன்றியது.

“ஆப்பிரிக்க மக்கள் விடுதலைக்காக நா எதயும் செய்ய ஆயத்தமாக இருக்கேன்” என்றான் ஒகோவோ. “லிபரேட்டோட அடிப்படை பலமே எளிய மக்கள் தான். முதல்ல மக்களுக்கு அவங்க நிலைய சொல்லுவோம். அது கல்வி மூலமாதா சாத்தியமாகும். நாம இந்த மக்களுக்கு கல்வியோட அவங்க உண்மையான வரலாற திரும்ப மீட்டுக்கொடுப்போம்” என்றாள் சுகந்தி.

“ஆனா இங்க தா படிப்பையே தட செஞ்சிருக்காங்களே. அத அரசு வேற தீவிரமா கடை பிடிக்குது” என்றான் ஒகோவோ. “அப்போ அங்கேந்தே தொடங்குவோம். மக்களுக்கு கல்விய கொடுப்போம். அத யார் தடுத்தாலும் அவங்க தீவிரத் தன்மைய உடைக்கலாம்.”

முதற்கட்டமாக அவர்கள் கிராம சுற்று வட்டாரத்தில் ஓரளவுக்கு படிப்பறிவுடையோர் எத்தனை நபர்கள் எனத் தேடிச்

சென்றனர். அவர்களின் உதவியால் கல்வியை மற்றவர்களுக்கு போதிக்கலாம் என எண்ணினர். மொத்தமாக ஐயாயிரம் நபர்களில் இருபது நபர்கள் கூடத் தேறவில்லை. அதிலும் ஒரே ஒரு பெண் மட்டுமே தைரியமாக முன் வந்தாள். அவள் ஒரு பிரிட்டன்காரனின் வன்புணர்ச்சியால் கருப்பினத்து பெண்ணுக்குப் பிறந்தவள். முறை தவறிப் பிறந்ததால் கிராமப் பழங்குடியினர் அவளை அவர்கள் கூட்டத்தைவிட்டு விலக்கி வைத்திருந்தனர். மற்றவர்கள் யாரும் ஊர் கட்டுப்பாட்டை மீற முன் வரவில்லை.

சுகந்தியும் சலீமுல்லாவும் ‘ஆப்பிரிக்கர்களின் வஞ்சிக்கப்படும் கல்வி’ என்ற தலைப்பில் முப்பதிற்கும் மேற்பட்ட கட்டுரைகளை எழுதத் தொடங்கினர். அதை உலகம் முழுக்க இருக்கும் அனைத்துப் பத்திரிக்கைகளுக்கும் அனுப்பினர். மூன்று வாரம் கழித்து ஒகோவோ ஒரு சிறு குடிசையை எழுப்பினான். அதில் அவர்கள் முதல் பள்ளிக்கூடத்தை அமைத்தனர். ‘அனைவரும் வாருங்கள். கல்வி நம் விடுதலைக்கு அடிப்படை’ என அனைத்துக் குடிசைகளுக்கும் சென்று அழைத்தனர். யாருக்கும் எதுவும் புரியவில்லை. பத்துப் பதினைந்து சிறுவர்களை வலுக்கட்டாயமாக அழைத்து வந்தனர். அவர்களின் நடத்தை ஒரு வித அச்சத்தை ஊர் மக்களுக்குக் கொடுத்தது. ஒகோவோ உடம்பில் பேய் புகுந்துள்ளது என வதந்திகள் பரவத் தொடங்கியது. அவனுடன் சுற்றும் வெளிநாட்டவர்கள் மனிதர்கள் அல்ல சாத்தானின் தூதுவர்கள் எனப் பேசத் தொடங்கினர். இவர்களின் செயல்கள், பள்ளிக்கூடம் திறப்பு தீயெனப் பரவ ஊர்த் தலைவர்கள் பஞ்சாயத்தைக் கூட்டினார்கள்.

பஞ்சாயத்தில் சுகந்தியும் சலீமுல்லாவும் நாளைக்குள் கிராமத்தை விட்டு வெளியேறவேண்டுமென உத்தரவு பிறப்பிக்கப்பட்டது. ஒகோவோவை பூசாரிகள் கொண்டு மந்திரிக்கச் சொன்னார்கள். படிப்பு நம் இனத்தைப் பிளந்து விடும், அது தீய வழியில் நம் மக்களை இட்டுச் சென்று விடும் என நம் முன்னோர்கள் சொல்லி இருப்பதை மீற முடியாது என பஞ்சாயத்து இறுதித் தீர்ப்பை வழங்கியது.

சுகந்தியும் சலீமுல்லாவும் அவர்கள் குடிசைக்குத் திரும்பும் முன்னரே ஒகோவோ எழுப்பிய பள்ளிக்கூடம்

எரிக்கப்பட்டிருந்தது. வேறு வழி இல்லாமல் அவர்கள் ருவான் பாகோவை விட்டு வெளியேற வேண்டியதாயிற்று. சுகந்தி எளிதில் தளர்ந்து போகவில்லை. நேராக நைஜீரியன் அரசு தலைமை இடத்திற்குச் சென்றாள்.

நைஜீரியன் அரசு 1882ஆம் ஆண்டில் கல்விக் கூட்டமைப்பை உருவாக்கியது. ஆனால் அது எந்த மாற்றத்தையும் ஏற்படுத்த முயலாமல் உலக நாடுகள் கண் துடைப்பிற்காகவே அமைந்தது. ஒகோவோ உதவியுடன் அந்தக் கூட்டமைப்பில் நேர்மையான மாற்றத்திற்காக உழைத்து கொண்டிருந்தவர்களில் சிலரை சுகந்தி அணுகினாள். பாகோவில் நடந்ததைச் சொல்லி உதவி கேட்டாள்.

“நீங்களோ அந்நியர்கள். அவர்கள் வேற்று ஆப்பிரிக்கர்கள் சொன்னாலே கேட்க மாட்டார்கள். என்ன செய்ய முடியுமென எதிர்பார்க்கிறீர்கள். மாற்றம் ஒரு இரவில் நடைபெறாது” என அதிகாரிகள் சொன்னார்கள். சுகந்தி “பெரிதாக எதுவும் செய்ய வேண்டாம். ஒரு சிறு பள்ளி கட்டிடம் மட்டும் கட்ட உதவுங்கள். அது அரசு கட்டிடமாக இருக்க வேண்டும். அதைச் சேதப்படுத்தினால் குற்றம் மற்றும் கடுமையான சிறைத் தண்டனை விதிக்கப்படும் என அறிவியுங்கள். கட்டிடம் ஒரு மாற்றத்தை காலப்போக்கில் கொண்டு வரும்” என்றாள். கட்டுமானத்திற்காக அரசு செலவு செய்ய முன் வராது என சொல்லி முடிப்பதற்குள் சுகந்தி செலவை லிபரேட் ஏற்றுக்கொள்ளும், நீங்கள் முன் நின்று பாதுகாத்து கட்டிடத்தை எழுப்பித் தாருங்கள் போதும் என்றாள். யோசிப்போம் என்றார்கள். சுகந்தியும் மற்றவர்களும் விடைபெற்றார்கள். வாயிலை அடைந்த சுகந்தியை அதிகாரி ஒருவர் அழைத்தார். உன் பெயர் என்ன என்றார். சுகந்தி என்றாள். நன்றி சுகந்தி என கூறி அவர் புன்னகைத்தார்.

“நிதியை எப்படிக் கொண்டு வருவது” என்றான் ஒகோவோ. “அடுத்து நமக்கான பலத்தை மேற்கு ஆப்பிரிக்காவில் ஏற்படுத்த வேண்டும்” என்றான் சலீமுல்லா. “எவ்வாறு தொடங்கலாம்... தேடுவோம். பத்திரிக்கைகளை உருவாக்க வேண்டும்” என்றாள் சுகந்தி.

ஒகோவோவின் நாட்டில் மக்களுக்கான பத்திரிக்கையோ வார, மாத இதழ்களோ செயல்படவில்லை. இடதுசாரி

சிந்தனைகளுக்கு துளி வாய்ப்பைக் கூட அரசு கொடுக்க முன்வரவில்லை. எவ்வளவு முயன்றும் நைஜீரியா முழுக்க ஒரு பத்திரிக்கை செயல்பாட்டைக் கூட அவர்களால் கண்டுபிடிக்க முடியவில்லை. கடைசியாக கிளர்ச்சியாளர்கள் கொரில்லா முறையில் சில பத்திரிக்கைகளை நடத்த முயன்றுள்ளனர் எனத் தெரிய வந்தது. அந்த அமைப்பின் செயல்பாட்டினர்களைத் தேடி அவர்கள் பயணித்தனர்.

அந்தக் கிளர்ச்சி அமைப்பு ஐந்து வருடம் முன்னரே முற்றாக ஒடுக்கப்பட்டும் அதன் தலைவர்கள் அரசால் தூக்கில் இடப்பட்டுமிருந்தது அவர்களுக்குத் தெரியவந்தது. அந்தப் பத்திரிக்கையில் வேலை பார்த்த ஒருவன் கினியாவுக்கு *(Guinea)* தப்பிச் சென்றிருந்தான் என்ற தகவலும் அவனின் தொடர்பும் இவர்களுக்கு ரகசியமாகக் கிடைத்தது.

அவர்கள் அவனை தேடி கினியாவுக்குப் பயணித்தனர். அபியோ *(Abeo)* என்ற அவன் ஒரு கலப்பினத்தவனாக இருந்தான். ஒரு மாதம் தேடியலைந்து அவனை நெருங்கினார்கள்.

"இங்க எந்த எழுச்சியும் சாத்தியமில்ல. இந்த மண்ணும் மக்களும் மலடாகி ரொம்ப நாள் ஆகுது."

"நானும் இந்த மண்ணுக்கார தா. நம்மல போல ஆளுங்க கண்டிப்பாக நறைய பேர் இருப்பாங்க. அவங்கள ஒன்னுசேக்க உதவு."

"நான் வெறும் வேலயாள் தா. என்னால பெருசா என்ன செய்ய முடியும்."

"ஏதாவது தொடர்புகள கொடு போதும்."

"ஏ கிட்ட எந்த தொடர்பும் இப்போ இல்ல. என்ன தொந்தரவு செய்யாம போய்டுங்க."

அவர்கள் ஒரு உணவகத்தில் பேசிக்கொண்டிருந்தனர். அவர்களுக்கு உணவைப் பரிமாறிய பெண் அவர்கள் பேசுவதைக் கவனித்தாள். அபியோ பேச்சை முறித்து விட்டு இடையிலேயே எழுந்து சென்று விட்டான். இவர்களும் செல்ல எழுகையில்

அந்தப் பெண் ஒகோவோவை அழைத்து மாலை ஆறு மணிக்கு பிஸ்ஸே(*Bissae*) சந்தைக்கு வரும்படி சொன்னாள்.

ஒகோவோ தான் மட்டும் செல்வது தான் பாதுகாப்பு எனக் கூறிவிட்டு சந்தையை அடைந்தான். அவனை அடையாளம் கண்டுகொண்ட இரு கறுப்பினத்தவர்கள் அவர்களைப் பின்தொடர்ந்து வரும்படி அவனுக்கு சைகை காட்டினர். நேராக அவர்கள் இருள் படர்ந்த குறுக்கு சாலைக்குள் புகுந்தார்கள். பின்தொடர்ந்து சென்ற ஒகோவோவை திடீரென பின் பக்கமாக குதித்த மூவர் சேர்ந்து அமுக்கி வளைத்தனர். அவனை அடித்து அவனிடமிருந்த பணத்தைப் பறிக்க முயலும் போது பெரிய சத்தத்தைக் கிளப்பியபடி நான்கு ஐந்து ஆட்கள் வந்து ஒகோவோவை மீட்டனர். மீட்டவர்களுடன் அந்த உணவகப் பெண்ணும் இருந்தாள். பெண்ணின் ஆள் என ஒகோவோ திருடர்களிடம் அகப்பட்டுக்கொண்டான். அசம்பாவிதம் நடக்கும் முன் காக்கப்பட்டு அந்தப் பெண்ணின் வீட்டிற்கு அழைத்துச் செல்லப்பட்டான். அவள் வீட்டில் மூன்று புதிய நபர்கள் இருந்தார்கள். ஒகோவோவைப் பார்த்தவுடன் உன் கூட இருந்தவர்கள் எங்கே என்றார்கள். அவர்கள் விடுதியில் இருப்பதாகச் சொன்னான். சரி என்ன விஷயமாக இங்கு சுற்றுகிறீர்கள் என அதிலொருவன் கேட்டான். ஒகோவோ மேலோட்டமாகச் சொன்னான். அவனுக்கு யாரை நம்புவது எனத் தெரியவில்லை. அவர்களும் எந்த நம்பிக்கையையும் கொடுக்காமல் ஒகோவோவைத் திருப்பி அனுப்பினார்கள்.

விடுதியை அடைந்த ஒகோவோ இங்கு எதுவும் சாத்தியப்படும் என நம்பிக்கை இல்லை என்றான். ஊருக்குக் கிளம்புவது தான் பாதுகாப்பு என்றான். அவன் உடம்பில் பதட்டம் இன்னும் அடங்கவில்லை. சுகந்தி, "ஒருவேளை நாம் கண்காணிக்கப் படலாம். ஒரு மூன்று நாட்கள் காத்திருக்கலாம்" என்றாள்.

சுகந்தி யூகித்தது சரியாக இருந்தது. இரண்டு இரவுகள் கடந்து அவர்களின் விடுதி அறையை அபியோ தட்டினான். அவர்களைத் தன்பின் வருமாறு அழைத்தான். ஒரு மணி நேர மாட்டுவண்டிப் பயணத்தில் ஒரு சிறு வனப்பகுதிக்குள் அழைத்துச் செல்லப்பட்டனர். மாட்டு வண்டியிலிருந்து இறங்கி ஒரு மணி நேரம் வனத்துக்குள் பயணித்து ஒரு குடிலை

அடைந்தனர். குடிலுக்குள் அந்தப் பெண்ணும் ஒகோவோ அன்று சந்தித்த மூவரில் ஒருவரும் அவனை அடித்துத் தள்ளிய திருடர்களும் இருந்தனர். அனைத்தும் அவர்கள் ஏற்பாடு என ஒகோவோ புரிந்து கொண்டான். ஒகோவோ பேசும் முன்னர் அவர்களே நைஜீரியாவில் நடந்த விஷயத்தைச் சொன்னார்கள். அபியோ, அந்தப் பெண் மற்றும் அந்தக் கூட்டம் ஒரு கிளர்ச்சி அமைப்பு எனத் தெரிந்தது.

சுசு (Susu) பழங்குடிகளால் உருவாக்கப்பட்ட இந்த சுசு அமைப்பு நாளடைவில் இருபத்திமூன்று பழங்குடி இனங்களை அதனுள் அடக்கிக்கொண்டு புரட்சிகரப் பாதையில் செயல் பட்டுக்கொண்டிருந்தது.

எங்களிடமிருந்து எதை எதிர்பார்க்கிறீர்கள் என்றனர். சுகந்தி பேச ஆரம்பித்தாள். அபியோ அதை சுசு மொழியில் அவர்களுக்குப் புரியும்படி மொழிபெயர்த்துக் கொண்டிருந்தான். லிபரேட்டுக்கு சுசு அமைப்பினர் துணை நிற்பதாக வாக்களித்தனர். அதைத் தாண்டியும் சுசுவின் கிளை அமைப்புகளும் கிழக்கு, தெற்கு ஆப்பிரிக்கப் பழங்குடி மக்களும் லிபரேட்டை ஆதரிப்பார்கள் எனச் சொன்னார்கள். சுகந்தி அனைத்துப் பகுதிகளிலும் பள்ளிக்கூடங்களைத் திறக்க வேண்டுமெனக் கேட்டாள். கண்டிப்பாக முயற்சிப்போம் என்றனர். அன்றிரவு அவர்கள் விருந்தினராகத் தங்கினர்.

அடுத்து அவர்களுக்கு பெரிய அளவில் நிதி தேவைப்பட்டது. சுகந்தி ஐரோப்பியா நமக்கான நிதியைக் கொடுக்கும் என்றாள். மூவரும் லண்டன் பயணிக்க முடிவெடுத்தனர். அங்குள்ள தோழமை அமைப்பினர்களிடம் லிபரேட்டை பற்றிப் பேசி ஆதரவு திரட்ட முடிவு செய்தனர்.

இருபது நாள் கடல் பயணத்தில் லண்டன் துறைமுகத்தை அடைந்தனர். சலீமுல்லா அவனின் பழைய தொடர்புகளை தேடிச் சென்றான். மூன்று நாட்களில் ஒரு கம்யூனிச சார்பு கூட்டம் நடைபெறுவதைத் தெரிந்து கொண்டான். முக்கிய ஆளுமைகள் வருவதாகத் தெரிய வந்தது. சுகந்தியும் அங்கு பேசுவதாக முடிவெடுத்தாள். கூட்டம் தொடங்குவதற்கு முன்னதாகவே சுகந்தியும் ஒகோவோவும் அங்கு சென்று சேர்ந்தனர். சலீமுல்லா மேலும் சில நண்பர்களை அங்கு

அழைத்து வருவதாகச் சொன்னான். கூட்டம் தொடங்கியது. இரண்டு மூன்று நபர்கள் வழக்கமாகப் பேசுவதை பேசிவிட்டு நகர்ந்தனர். அதைத் தொடர்ந்து சில நொடிகள் அமைதி நிலவியது. சுகந்தி வேகமாக எழுந்து மேடையை நோக்கி நகர்ந்தாள். அங்கு அவளைத் தவிர வேறெந்தப் பெண்ணுமில்லை. அவள் பேச ஆரம்பித்தாள். தன்னை அறிமுகப்படுத்திக்கொண்டாள். ஆனால் கூட்டமோ எதையும் கவனிக்காமல் தன் இயல்பிற்கு தனக்குள்ளேயே பேசியபடி இருந்தது. மூன்று நான்கு நிமிடத்தில் பொறுமையை இழந்த சுகந்தி ஏ எனக் கத்தி அதட்டினாள். “நான் பேசும்போது என்னைக் கவனியுங்கள் இல்லை எழுந்து வெளியே செல்லுங்கள். திமிர் கொண்ட ஆண் வர்க்கமே” என்றாள். இதை யாரும் எதிர்பார்க்கவில்லை. ஒகோவோவும் திடுக்கிட்டான். “நான் பேச தொடங்கியபோது என் பெயரைக் குறிப்பிட்டேன் யாருக்காவது ஞாபகம் இருக்கிறதா?” என்றாள். யாரிடமிருந்தும் எந்த பதிலும் வரவில்லை.

அவள் மீண்டும் பேசத் தொடங்கினாள். தன் பெயர் சுகந்தி என்றாள். கிட்டத்தட்ட ஒரு மணி நேரம் அவள் பேச்சால் அந்த அரங்கைக் கட்டிப்போட்டாள். யாரும் எந்த அசைவையும் நிகழ்த்தவில்லை. ஐரோப்பியக் கண்டம் அதன் ஆசிய ஆப்பிரிக்க சுரண்டலை நிறுத்துவது குறித்தும் ஆசிய ஆப்பிரிக்க கண்டங்களில் கல்வி வளர்ச்சி குறித்தும் பேசினாள். அதன் உடனடித் தேவையைச் சொன்னாள். லிபரேட்டுகளுக்கு துணை வேண்டும். அதன் இயக்கம் மாந்த விடுதலையின் இயக்கமென்றாள்.

அவள் பேசி முடித்து கீழ் இறங்கிய பிறகும் கூட்டம் அதன் அமைதியைக் கலையவில்லை. அவளுக்கு கூட்டத்தின் எதிர்வினை என்னவென்று புரியவில்லை. ஒகோவோ மட்டும் பலமாகக் கையைத் தட்டினான். அவனைத் தொடர்ந்து பெரிய ஒலி கிளம்பும் என எதிர்பார்த்தான். ஆனால் அனைவரும் அவனைத் திரும்பி பார்த்தனர். ஒகோவோ கூச்சப்பட்டு சிரித்தபடி வெளியே சென்றுவிட்டான்.

சுகந்தி நேராக நீர்க் குவளைகளை நோக்கிச் சென்றாள். நீரை எடுத்துப் பருகினாள். சுகந்தி சிறப்பான உரை என ஒரு குரல்

கேட்டது. அவள் திரும்பினாள். நான் டேனியல் ஹாமில்டன் என்றான். நாளை தன்னை வந்து பார்க்கும்படி சொல்லிவிட்டு அவன் முகவரியைக் குறித்துக் கொடுத்தான். டேனியலைத் தொடர்ந்து நான்கு ஐந்து பேர் சுகந்தியிடம் பேசச் சென்றனர். மெதுவாக அது ஒரு கூட்டமாக மாறியது. பெரும்பான்மையில் லிபரேட்டுக்கு ஆதரவு தருவதாக வாக்களித்தனர்.

சலீமுல்லா கூட்டம் முடிந்தவுடந்தான் வந்து சேர்ந்தான். என்ன ஆனது என்றான். ஒகோவோ ஒரு புயலே வீசியது என்றான். சுகந்தி சிரித்தபடியே போதும் என்றாள்.

அடுத்த நாள் காலை பிஞ்சிங்ஃபீல்ட்(*Finchingfield*) கிராமத்திற்கு அவர்கள் புறப்பட்டனர். சலீமுல்லாவும் ஒகோவோவும் நடை மேடையில் நிற்க சுகந்தி பயணச்சீட்டை வாங்கி வருவதாகச் சென்றாள். இருபது நிமிடம் கடந்தும் சுகந்தி நடை மேடைக்குத் திரும்ப வரவில்லை. அவர்களுக்கான தொடரியும் வந்தது. சலீமுல்லா சென்று பார்ப்பதாக பயணச் சீட்டு அறைக்குச் சென்றான். சுகந்தியை அங்கு எங்கும் காணவில்லை. சட்டென்று இனம் புரியாத பயம் ஒன்று சலீமுல்லாவைச் சூழ்ந்துகொண்டது. பதட்டத்தில் அங்குமிங்கும் ஓடினான். அவனால் சுகந்தியை எங்கும் கண்டுபிடிக்க முடியவில்லை. ஒகோவோவிடம் தகவல் சொல்ல நடைமேடைக்கு விரைந்தான். சுகந்தி ஒகோவோவின் அருகில் அமர்ந்திருந்தாள். சலீமுல்லா மூச்சை இரைத்தபடி எதுவும் பேசாமல் சுகந்தி அருகே வந்து அமர்ந்து கொண்டான். சுகந்தி அவனைக் கண்டு கொண்டாள். அவனின் பதட்டம் அவளுக்குப் புரிந்தது. ஆனால் இருவரும் எதுவும் பேசிக்கொள்ளவில்லை. சில நொடிகள் கழித்து சுகந்தி சலீமுல்லாவின் கையைப் பிடித்து அவள் கைக்கிடையில் வைத்துக்கொண்டாள். அவர்களுக்கான தொடரி கிளம்பும்போது அவர்களும் ஏறி அமர்ந்தனர்.

சலீமுல்லாவும் சுகந்தியும் ஒருவரையொருவர் இமைக்காமல் பார்த்துக்கொண்டே இருந்தனர். அவர்கள் பார்வை புதிதாக எதையோ பேசுவதாகத் தோன்றியது. அதில் அன்பும் அக்கறையும் தவிப்பும் தகிப்பும் நிறைந்தோடியது. ஒரு மணி நேரம் கடந்தவுடன் சலீமுல்லா தொடரியின் வாயில் பக்கம் சென்று நின்றான். சில நிமிடம் கழித்து சுகந்தியும் பின் சென்று

சலீமுல்லாவிடம் பாகோவில் நடந்த திருமணம் நினைவிருக்கா என மெல்லிய குரலில் கேட்டாள். சலீமுல்லா திரும்பிப் பார்த்து என்னவென்றான். அது மாதிரி என்ன கட்டிக்க விருப்பமா என்றாள். சலீமுல்லா புன்னகைத்தபடி லூசு விளையாடாம போ என்றான். சிறிது நேரம் கழித்து என்ன விட்டு எங்கேயும் போயிடாத என்றான்.

மூன்று மணிநேரப் பயணத்தில் பிஞ்சிங்ஃபீல்ட் கிராமத்தை அடைந்தனர். இருபது நிமிட குதிரை வண்டிப் பயணத்தில் ஹாமில்டன் மாளிகைக்குச் சென்று சேர்ந்தனர்.

டேனியல் ஹாமில்டன் முப்பத்தைந்து வயதை கடந்திருந்த இளைஞன். டேனியலின் தந்தை லேஸே ஃபேர் *(Laissez-faire)* பொருளாதாரத்தால் பெரிதும் உந்தப்பட்டவர். அவர் தொழில் முறையும் அதன் சித்தாந்தப்படியே நடைபெற்றது. ஐந்து தலைமுறையாக டேனியல் குடும்பம் அயர்லாந்திலிருந்து குடி பெயர்ந்து வாழ்ந்து வந்தது. பத்தொன்பதாவது நூற்றாண்டில் அயர்லாந்து தொடர் பஞ்சத்தாலும் பொருளாதார வீழ்ச்சியிலும் சிக்கிக்கொண்டாலும் பிரிட்டனின் பெரும்பாலான வணிகர்கள் லேஸே ஃபேர் வணிக முறையைக் கைவிடவில்லை. அரசும் அதனைக் கண்டுகொள்ளவில்லை. அதற்கு வரிப் பணமும் ராஜ்ஜிய விரிவாக்கமும் தான் முக்கியமானதாக இருந்தது. தொடர்ந்து அந்த முறை வணிகத்தை எடுத்துக்கொண்ட டேனியலின் தந்தையும் மக்களை, தொழிலாளர்களைக் காப்பாற்றுவது முதலாளிகளின் வேலை அல்ல. அரசு பார்த்துக்கொள்ளும் இல்லை தகுதியான மக்கள் கூட்டம் பிழைக்கும் என்பார். பிரிட்டனில் பொருளாதாரம் வீழ்ந்தாலும் நடுத்தர கீழ்நிலை மக்களே பாதிக்கப்பட்டனர். அரசும் மேல் வர்க்கமும் பாதுகாப்பாகவே இருந்தது.

முதலில் டேனியலும் அந்த முறை தொழில்முறைக்கு அவன் தந்தையால் பழக்கப்பட்டான். ஆனால் அவன் கல்லூரிக் காலங்களில் அவனின் ஆசிரியர் பிர்ச்(Birch) திட்டமிட்ட பொருளாதாரத்தையும் *(Planned Economy)*, இரட்டைப் பொருளாதாரத்தையும் *(Mixed Economy)* அவனுக்கு அறிமுகப்படுத்தினார். இந்த விதப் பொருளாதாரம் நம் தொழிலாளர்களையும் மக்களையும் நெருக்கடி காலத்தில்

காக்கலாம் என்றார். டேனியலின் சிந்தனைகளும் வளர்ந்தன, மாறின. அவன் மெதுவாக சமத்துவத்தின் பக்கம் இழுக்கப்பட்டான்.

கல்லூரிப் படிப்பை முடித்தவுடன் அவன் தந்தையின் தொழிலின் ஒரு பங்கை எடுத்துக்கொண்டான். அதில் இரட்டைப் பொருளாதாரக் கொள்கையை உட்புகுத்த முடிவெடுத்தான். அதன் பொருட்டு அரசிடம் பேசினான். தொழிலாளர்களுக்கு சில அதிகாரங்களையும் சலுகைகளையும் வழங்க முன் வந்தான். இது அவனுக்கும் அவன் தந்தைக்குமிடையே பெரிய பிளவை ஏற்படுத்தியது. அவனின் அதிகாரங்கள் அவன் தந்தையால் பறிக்கப்பட்டன. அவனும் அவன் தந்தையுடன் சேர்ந்து செயல்பட மனமில்லாமல் அவர்களின் பூர்வீக இடமான பிஞ்சிங்ஃபீல்டுக்கு குடிபெயர்ந்து விட்டான்.

சுகந்தி வருவதைப் பார்த்த டேனியல் அவர்களை வரவேற்றான். அவர்களுக்கு மதிய உணவு பரிமாறப்பட்டது. மாலை வரை அவர்கள் பேசிக்கொண்டிருந்தனர். டேனியல் லிபரேட்டைப் பற்றி நான் முன்பே கேள்விப்பட்டிருக்கிறேன் என்றான். சுகந்திக்கும் சலீமுல்லாவிற்கும் வியப்பாக இருந்தது. எப்படி என்றபடி யோசித்தனர். அவர்களைப் பார்த்து டேனியல் புன்னகைத்தான். சுகந்தியும் சலீமுல்லாவும் ஆப்பிரிக்கர்களின் கல்வி பற்றி எழுதிய சில கட்டுரைகள் பிரிட்டன் பத்திரிக்கைகளில் வெளிவந்திருந்தது. அதை படித்திருக்கிறேன் என்றான். முதலில் என்னால் உங்களைப் பார்த்தவுடன் யூகிக்க முடியவில்லை. நீங்கள் பேசிமுடித்தவுடனே யூகித்தேன். டேனியல் மிகவும் சாந்தமாகக் காணப்பட்டான். அவனின் மெல்லிய குரலும் அமைதியான முகமும் அவர்களை இலகுவாக்கியது. அவர்களின் கருத்தோடு டேனியலும் முழுதாக ஒத்துப்போனான்.

மூன்று நாட்கள் அவர்கள் டேனியலின் மாளிகையில் தங்கினார்கள். டேனியல் அவன் சிந்தனையை ஒத்த நண்பர்களை ஒன்று திரட்டி லிபரேட்டைப் பற்றி விவாதித்தான். தொடர்ந்து வந்த வாரத்தில் டேனியல் அவர்களை ஸ்காட்லாந்து, வேல்ஸ், அயர்லாந்துக்கும் அழைத்துச் சென்றான். லிபரேட்டிற்கு பெரிய

ஆதரவு கிடைக்கத் தொடங்கியது. டேனியலும் லிபரேட்டின் ஒரு அங்கம் போல் மாறினான்.

நான்கு மாதங்கள் கழித்து மூவரும் பெரிய நிதியுடன் மீண்டும் நைஜீரியாவிற்கு வந்தனர். நைஜீரியா கல்வி கூட்டமைப்பு உறுப்பினர்கள் அவர்கள் கொடுத்த வாக்குபோல் முதல் லிபரேட்டின் பள்ளிக்கூடத்தை ருவான் பாகோவில் அமைக்க உதவினர். அவர்களின் குடிசைப் பள்ளிக்கூடத்தை எரித்த கூட்டத்திற்கு முன்பே புதிய கான்க்ரீட் கட்டிடம் இரண்டு மாதத்தில் உயர்ந்து நின்றது. சுகந்தி கிராமத்தினர் முன்னிலையில் அவர்களின் முதல் பள்ளிக்கூடத்தைத் திறந்தாள். அந்த வாயில் முன் நின்று அந்த கிராமக் கூட்டத்தினரை நோக்கி ‘இது உங்கள் விடுதலைக்கான வாயில், சீக்கிரம் வாருங்கள்’ என்று முழங்கினாள்.

சுகந்தியும் சலீமுல்லாவும் இந்தியாவை விட்டு ஒகோவோவுடன் வந்து கிட்டத்தட்ட மூன்று வருடங்கள் சுழன்றோடியிருந்தது. நைஜீரியக் கல்வி குழுமத்தின் உதவியுடன் மேலும் ஆறு பள்ளிக்கூடத்தை லிபரேட்டுகள் நைஜீரியாவில் திறந்தனர். சுசு அமைப்பினர்கள் மற்ற பகுதிகளில் முப்பதிற்கும் மேற்பட்ட கூடங்களை மேற்கு, மத்திய, கிழக்கு ஆப்பிரிக்காவில் திறக்க உதவினர். லிபரேட் அதன் முதல் அடியை ஆழமாகப் பதித்தது. முதல் ஒரு வருடத்தில் சுகந்தி, சலீமுல்லா, ஒகோவோவாக இருந்த மூன்று லிபரேட்டுகள் கிட்டத்தட்ட முந்நூறு லிபரேட்டுகளாக மாறியிருந்தனர்.

சுகந்தி அடுத்தகட்ட நகர்வுகளைத் தீவிரமாக சிந்தித்து வைத்திருந்தாள். ஆசியப் பகுதிகளிலும் லிபரேட் மெல்ல செயல்படத் தொடங்கியது. ஐரோப்பிய அரசு அதிகாரிகளாக அரசுத்துறையில் ஆளுமைகளாக லிபரேட்டுகள் ஊடுருவ வேண்டுமென சுகந்தி நினைத்திருந்தாள். அதற்கு சில காலம் தேவைப்படும் என்பதையும் உணர்ந்திருந்தாள். தொடர்ந்து கூட்டங்களில் பேசுவது எழுதுவது என நாட்கள் தீவிரமாக சென்று கொண்டிருந்தது. லிபரேட்டின் அடுத்த செயல் பிரிவாக ஊடகத்தையும் தொடர்ந்து ராணுவத்தையும் உருவாக்க முடிவெடுத்தனர். “லிபரேட்” என்ற பெயரிலேயே முதல் பத்திரிக்கை லண்டனில் தொடங்கப்பட்டது. டேனியல் மொத்த

ஊடகப் பிரிவின் தலைமையும் ஏற்றுக்கொண்டான். மூன்று மாத ஊடக செயல்பாட்டைத் தொடர்ந்து முதல் ராணுவ செயல்பாட்டிற்காக சுசு அமைப்பினரையே லிபரேட்டுகள் அணுகினர். சுசு அமைப்பினர் அடிப்படைப் பயிற்சிகளைக் கொடுக்க சம்மதித்தனர். சுகந்தியின் பேச்சால் உந்தப்பட்ட நூறு ஆப்பிரிக்க லிபரேட்டுகளுக்கு முதல் கட்ட ராணுவப் பயிற்சிகள் தொடங்கப்பட்டது. அடுத்த வருட இறுதியில் மீண்டும் இந்தியாவிற்குச் செல்ல சுகந்தியும் சலீமுல்லாவும் முடிவெடுத்திருந்தனர்.

10

துடி பதினெட்டு வயதை எட்டியிருந்தான். தொடர் பயிற்சியால் துடியுடைய உடம்பும் கடம்பனுடையதைப் போல் இறுகி இருந்தது. கடந்த ஐந்து வருடத்தில் நூற்றிற்கும் அதிகமான போட்டிகளில் கலந்திருந்தான். வரும் கல்வியாண்டில் மேற்படிப்பிற்காக லண்டன் செல்லத் தீர்மானித்திருந்தான். தற்போது அவன் போட்டிகளில் சண்டையிடுவதை வெகுவாகக் குறைத்திருந்தான். கடம்பன் அவனைப் புத்தகங்களுடன் நேரத்தை கழிக்கப் பழக்கப் படுத்தியிருந்தான். துடி சுகந்தியின் கல்கத்தா முகவரிக்கு அனுப்பிய கடிதத்திற்கு ஒரு ஆண்டு கடந்தும் பதில் எதுவும் வரவில்லை.

நாட்கள் நகர்ந்து கொண்டிருந்தன. கடம்பன் ஆரம்பித்த பள்ளிகளிலும் நூற்றுக்கணக்கில் சேரிக் குழந்தைகள் பயின்றுகொண்டிருந்தனர். அவனின் குத்துச்சண்டைக் கூடம் பெரிய அளவில் வளர்ந்திருந்தது. ஐரோப்பியக் கண்டத்திலிருந்தும் மாணவர்கள் வந்து பயிற்சி பெற்றுக் கொண்டிருந்தனர். மெட்ராஸ் மாகாணத்திலும் பாண்டிச்சேரியிலும் கடம்பன் மிகவும் செல்வாக்கோடு இருந்தான். கடம்பனை காங்கிரசில் சேர்ந்து பணியாற்றும்படி தொடர் அழைப்புகள் மேலிடத்திலிருந்து வந்த கொண்டிருந்தன.

கடம்பன் பெரிய அளவில் அவன் நடமாட்டத்தைக் குறைத்துக் கொண்டிருந்தான். அவனை வெளியில் யாராலும் சுலபத்தில் பார்க்க முடியவில்லை. அவன் முடியும் தாடியும் கருத்து நீண்டு வளர்ந்திருந்தது. அவன் உடம்பும் கருப்பு வைரம் போல் ஒளியை இறைத்தது. அவன் எண்ணமும் செயலும் ஆன்மிகம் பக்கம் திரும்பி இருந்தது. அநேக நேரங்களில் அமைதியோடு இருந்தான். வருடத்திற்கு ஒரு முறையோ அல்லது இரண்டு மூன்று ஆண்டிற்கு ஒரு முறையோ நடைபெறும் பந்தயப் போட்டியை மட்டும் அவனால் தவிர்க்க முடியவில்லை. தொடர்ந்து களத்திற்கு சென்று கொண்டிருந்தான்.

துடி சுகந்திக்கு கடிதம் எழுதிய ஒன்றரை வருடம் கழித்து அவனுக்கு சுகந்தியிடமிருந்து பதில் வந்தது. தான் இந்தியாவில் இல்லை என்பதால் கடிதத்தைப் பார்க்க முடியவில்லை எனவும் சென்ற மாதம்தான் கல்கத்தா திரும்பியதாகவும் அவனைப் பார்க்கக் காத்துக்கொண்டிருப்பதாகவும் எழுதி இருந்தாள். அதில் கடம்பனைப் பற்றி எதுவும் குறிப்பிடப்படவில்லை. விரைவில் மேல் படிப்பை முடித்துவிட்டு அவளிடம் வருவதாக துடி பதில் எழுதினான். சுகந்தியிடமிருந்து கடிதம் வந்ததைப் பற்றி துடி கடம்பனிடம் எதுவும் சொல்லவில்லை.

சுகந்தியும் சலீமுல்லாவும் இரண்டு மாதம் முன்னர் இந்தியா வந்தடைந்திருந்தனர். லிபரேட்டின் கிளைகளை இந்தியாவில் தொடங்குவது தான் முதல் வேலையாக இருந்தது. கடந்த ஐந்து வருடத்தில் இந்தியாவில் பெரிய மாற்றம் எதுவும் நடந்துவிடவில்லை. வறுமையும் நோயும் பஞ்சமும் இன்னும் அதிகரித்தபடியேதான் இருந்தது. நேராக பம்பாயை அடைந்த சுகந்தியும் சலீமுல்லாவும் திலகரைச் சந்திக்க நினைத்தனர். ஆனால் அவரை பிரிட்டிஷ் அரசு சிறைபிடித்திருந்தது. வங்காளப் பிரிவினையும் அதற்கு எதிரான போராட்டங்களும் அதன் உச்சத்தை அடைந்திருந்தன. முக்கியத் தலைவர்கள் அனைவரும் அரசுக் கட்டுப்பாட்டில் சிறையில் இருந்தனர். தாமோதரனையும் அவன் சகோதரர்களையும் அரசு தூக்கிலிட்டிருந்தது. இரண்டு வாரக் காத்திருப்பிற்குப் பிறகு சுகந்தியும் சலீமுல்லாவும் கல்கத்தாவிற்குச் சென்றனர். அங்கு நண்பர்கள் முன்னிலையில் இந்தியாவில் முதல் லிபரேட் செயல்பாடு தொடங்கப்பட்டது.

சுகந்தி அவள் வீட்டிற்குச் சென்றாள். சுகந்தியின் அம்மா நோய்வாய்ப்பட்டு படுக்கையில் கிடந்தாள். “இனி பெருசா ஒன்னும் பண்ண முடியாதுமா. மூனு மாசம் முன்ன சுரத்துல படுத்தா, அதுக்கப்புறம் எழும்பவேயில்ல” என்றார் சுகந்தியின் தந்தை. அவரும் அனைத்து வகையான சிகிச்சைகளையும் தீவிரமாக முயற்சி செய்துவிட்டார். பிரிட்டிஷ் அரசு தலைமை மருத்துவர்கள் கூட சிகிச்சை அளித்துவிட்டனர். ஆனாலும் முன்னேற்றம் இல்லை. சுகந்தி ஒரு மாதம் அங்கு தங்கி இருந்தாள். சுகந்தியைப் பார்த்த இரண்டாவது நாள் அவள் அம்மாவின் உயிர் பிரிந்தது. ஈமச் சடங்குகளை முடித்தார்கள். சுகந்தி அவள் தந்தையிடம் சலீமுல்லாவைப் பற்றிச் சொல்லி அவனை மணம் செய்து கொள்ளப்போவதாக சொன்னாள்.

“முதல் தடவ தான் சரியாவரல. இந்த முறையாவது அவசரப்படாத.”

“அவசரப்படல பா. சலீமுல்லாவ எனக்குத் தெரியும்.”

“உன்னோட விருப்பத்ததா நான் எப்பவும் பெருசா மதிச்சன். நீ சந்தோஷமா இருந்தா போதும்.”

“நா நல்லா இருப்ப பா. சலீமுல்லா உங்களோட நல்லவன். நீங்க உங்களோட பொண்ண தான் படிக்க சொன்னிங்க. சலீமுல்லா அவனோட மனைவியையும் படிக்க சொல்லுவா.”

இதைக் கேட்டுவிட்டு சுகந்தியின் தந்தை பலமாகச் சிரித்தார்.

“முஸ்லிமா இருக்கானே மா. சரி வருமா...” என்றார்.

சுகந்தி பதிலேதும் சொல்லவில்லை. தொடர்ந்து வந்த மாதத்தில் சுகந்தி சலீமுல்லாவை மணந்து கொண்டாள்.

லிபரேட்டின் கிளைகள் இந்தியாவில் வேகமாகப் பரவின. இரண்டு மாதத்தில் ஆயிரக்கணக்கில் இளைஞர்களை ஒன்றிணைத்துவிட்டனர். சேரிப் பகுதி மக்கள் மேம்பாட்டிற்காக அந்தந்த சேரிப் பகுதிகளில் சுகாதாரக் கூடங்களும் நூலகங்களும் பள்ளிக்கூடங்களும் திறக்க முடிவு செய்தனர். முதல் கட்டமாக வடக்கு மற்றும் கிழக்கு மாகாணங்களில் ஆறு பள்ளிக்கூடங்களையும் எட்டு சுகாதார மையங்களையும்

திறந்தனர். லிபரேட்டின் அசுர வளர்ச்சி அரசு கண்களில் பட்டது. தீவிரமான கண்காணிப்பிற்குள் அதைக் கொண்டுவந்தனர்.

ரான்ஞ்சி பகுதியை பூர்வீகமாக கொண்ட கிருஷ்ண குப்தா வெற்றிகரமாக பிரிட்டிஷ் அரசுக்குடிமைத் துறையில் மேல் நிலை அதிகாரத்திற்குச் சென்ற முதல் தலைமுறை இந்தியர் ஆவார். அவரின் ஆதரவு லிபரேட்டை ஆரம்ப சட்ட முடக்கத்திலிருந்து காத்தது. சட்ட ரீதியாக லிபரேட்டை வலிமையான தொண்டு நிறுவனமாக மாற்றியதில் அவரின் பங்கும் பெரும் பாய்ச்சலாக இருந்தது. தொடர்ந்து வந்த காலங்களில் அதன் கிளைகள் பல்கிப் பெருகின. முதல் கட்ட லிபரேட்டுகள் அரசுப் பணிகளை கணிசமான அளவில் பிடித்திருந்தனர்.

இந்திய லிபரேட்டுகளுக்கு ராணுவப் பயிற்சியைக் கொடுக்க லிபரேட் தலைமை முடிவு செய்தது. வடகிழக்கு காடுகளிலும் பர்மா காடுகளிலும் பயிற்சியைக் கொடுக்கத் தொடங்கினர். ஆயுதப் பயிற்சிக்காக பெருமளவில் துப்பாக்கிகளும் வெடிகுண்டுகளும் தேவைப்பட்டது. இந்தியத் துணை கண்டத்தில் அதைத் திரட்டுவது இயலாத காரியமாக இருந்தது. சுகந்தி ஒகோவோவிற்கு கடிதம் எழுதினாள். ஆப்பிரிக்க லிபரேட்டுகள் உதவியுடன் ஆயுதங்களை அந்தப் பகுதிகளில் இலகுவாகத் திரட்ட முடியுமென எண்ணினர். திரட்டப்படும் ஆயுதங்களை சரக்குக் கப்பலில் ஏற்றி இந்தியாவிற்குள் கொண்டுவரத் திட்டமிட்டனர். இதன் பொருட்டு இரண்டு டன் ஆயுதங்களை ஒகோவோ உதவியுடன் ஒரு மாதத்தில் திரட்டி கப்பலேற்றினர். நாற்பது நாள் பயணத்தில் இந்தியாவை வந்தடையும் என யூகித்தனர். திட்டமிட்டபடி எல்லாம் நகர்ந்தது. இருந்தும் பிரிட்டன் உளவுத்துறை எப்படியோ மோப்பம் பிடித்துவிட்டது. துல்லியமாகக் கணிக்க முடியவில்லை என்றாலும் தொடர்ந்து இரண்டு மாதத்திற்கு இந்திய துறைமுகத்திற்கு வரும் அனைத்து சரக்குக் கப்பல்களையும் சோதனையிடத் தீர்மானித்தது. அதன் படி ஆணைகளும் பிறப்பிக்கப்பட்டன. சோதனைகளும் தொடங்கியது.

ஆயுதங்களுடன் இந்தியாவை நோக்கி வரும் சரக்கு கப்பல் இருபது நாள் பயணத்தில் நடுக்கடலில் இருந்தது. இன்னும் இருபது நாள் பயணத்தில் அது மெட்ராஸ் துறைமுகத்தை அடையும். லிபரேட்டுகள் நிலைமையை எவ்வாறு சீர் செய்வது எனத் திண்டாடினர். ஆயுதங்கள் கைப்பற்றப்பட்டால் லிபரேட்டின் உழைப்பும் இலக்கும் எதிர்காலமும் கண்டிப்பாக முற்றாக முடிவடைந்து விடும் என விவாதித்துக் கொண்டிருந்தனர். பிரிட்டிஷ் அரசின் ஆற்றலை மீறி யாரால் இந்த சூழ்நிலையில் நம்மைக் காக்க முடியும். சுகந்தி, ஒருவரால் முடியலாம் என்றாள். யார் என்றனர். கடம்பன்.

சுகந்தி கடம்பனுக்குக் கடிதம் எழுதினாள். நடந்த நிகழ்வுகள் அனைத்தையும் கூறினாள். இந்த சூழ்நிலையில் லிபரேட்டை மீட்க உதவ முடியுமா எனக் கேட்டாள். கடம்பன் நான் பார்த்துக்கொள்கிறேன் என பதில் அனுப்பினான்.

சரக்குக் கப்பல் துறைமுகத்தை வந்தடைய இன்னும் பத்து நாட்கள் ஆகும் என எதிர்பார்க்கப்பட்டது. கடம்பன் கப்பல் துறைமுகத்திற்குள் வந்துவிட்டால் எதுவும் சாத்தியப்படாது என நினைத்தான். தொடர்ந்து வந்த மூன்று நாட்களில் மெட்ராஸ் மாகாணத்தைச் சேர்ந்த ஆந்திர, மெட்ராஸ், பாண்டிச்சேரி, காரைக்கால் மீனவர்கள் ஆயிரம் பேரை ஒருங்கிணைத்தான். மூன்றாம் நாள் இரவு முந்நூறு இயந்திரக் கப்பல்களுடன் கடம்பனும் ஆயிரம் மீனவர்களும் எதிர்வரும் அலையை கிழித்துக்கொண்டு கடலில் இறங்கினர். சரக்குக் கப்பல் இலங்கை தீவை அடையும் நாட்களை சரியாகக் கணித்து கடம்பன் அவனின் கப்பல்களை கடலில் இறக்கினான். இரண்டு நாள் தொடர் பயணத்தில் அறுபதடி உயரமும் இருநூறு அடி நீளமுள்ள ஆப்பிரிக்க சரக்குக் கப்பலை வங்கக் கடல் நுழைவு வாயிலில் கடம்பனின் மீனவக் கப்பல்கள் சுற்றி வளைத்தன. இதை எதிர்பார்க்காத கப்பலின் தலைவன் சரக்குக் கப்பலை நடுக்கடலில் நங்கூரமிட்டு நிறுத்தினான்.

சரக்கு கப்பல் பாதுகாப்பிற்காக இருந்த இருபதிற்கும் மேற்பட்ட ஐரோப்பிய ராணுவ வீரர்கள் எதிர்வரும் தாக்குதலைச் சமாளிக்க ஆயத்தமாக ஆயுதங்களோடு அணி திரண்டனர். வங்கக் கடலின் வெண்பனித் திரைகளை கிழித்துக்கொண்டு கடம்பனின்

மீனவக் கப்பல்கள் அலையலையாக வந்து சரக்குக் கப்பலை சூழத்தொடங்கின. நூற்றுக்கணக்கில் கப்பல்களைப் பார்த்த சரக்கு கப்பல் தலைவனும் ராணுவ வீரர்களும் செய்வதறியாது உறைந்து பயந்து நின்றனர். சரக்குக் கப்பலை வேகமாகச் சுற்றி வந்த கடம்பனின் முந்நூறு மீனவக் கப்பல்கள் ஒரு செயற்கை சுழலை உருவாக்கி சரக்கு கப்பலை ஆட்டங்காணச் செய்தன. கடலின் ஆர்ப்பரிக்கும் ஓசையையும் எதிர்வரும் காற்றின் முழக்கத்தையும் உடைத்துக்கொண்டு கடம்பனின் தரப்பு வீசிய நூற்றுக்கணக்கான ரசாயன கையெறி குண்டுகள் சரக்குக் கப்பலை ஒரு தீ வளையத்திற்குள் கொண்டு வந்தன.

தீ அடங்கிய சில நிமிடங்கள் கழித்து கடம்பன் ஒலிபெருக்கியில் பேசத் தொடங்கினான். துப்பாக்கிகளை இறக்குங்கள் சமாதானமாக போய்விட்டால் உயிர் சேதம் தவிர்க்கப்படும் என்றான். பத்து நொடிகள் அவகாசம் என்றான். பத்து நொடிகள் நிலவிய பேரமைதியில் கடலும் அடங்கியிருந்தது. சரக்குக் கப்பலைச் சுற்றி நின்ற நூற்றுக்கணக்கான கப்பல்கள் உடைக்க முடியாத கவசம் போல் இருந்தன. யாரும் எதிர்பார்க்காத பத்தாவது நொடியில் ஐரோப்பிய ராணுவத் துப்பாக்கிகள் மீனவக் கப்பலை நோக்கி வெடித்து சிதறின. தொடர்ந்து வெடித்த ரவைகள் அந்த இடத்தை ஒரு போர்க்களமாக மாற்றின. காற்றின் ஆட்டமும் பனியின் மூட்டமும் ராணுவத்தினர்கள் இலக்கை தவறவிட செய்தது. மின்னலாக சுழன்று ஓடிய கடம்பனின் மீனவக் கப்பல்கள் அதன் பதில் தாக்குதலுக்கு ஆயத்தமாயின.

ஐரோப்பிய ராணுவத்தினர் எதிர்பார்க்காத விதமாக சரக்குக் கப்பலின் பின்புறம் ஒரு டைனமைட் குண்டு தாக்கி அதை ஆட்டங்காணச் செய்தது. எண்ணிக்கையில் குறைந்திருந்த ராணுவத்தினர் சற்று நேரத்தில் சோர்ந்து அடங்கினர். மீண்டும் கடம்பன் அவன் கடைசி எச்சரிக்கையை விடுத்தான். இந்த முறை டைனமைட் கொண்டு மொத்தக் கப்பலையும் அழித்து மூழ்கடிக்கப்போவதாக முழங்கினான். கப்பலின் தலைவன் சமாதானத்திற்கான ஒலியை எழுப்பினான். தொடர்ந்து ராணுவத்தினர் அவர்கள் துப்பாக்கிகளை கடலில் எறிந்தனர். நொடியில் மீனவர்கள் சரக்கு கப்பல் மேல் கொக்கிகளை வீசி அதனோடு தங்கள் கப்பலை இணைத்துக்கொண்டனர்.

வேகமாக முதலில் ஐம்பது மீனவர்கள் சரக்கு கப்பலுக்குள் ஏறிக் குதித்தனர். சரக்குக் கப்பல் தலைவன் மாலுமிகள் பாதுகாப்பு வீரர்கள் அனைவரையும் கட்டி கீழ் தளத்திற்குள் தள்ளினர். அடுத்த மூன்று மணி நேரத்தில் சூரியன் உச்சியை அடைவதற்குள் ஆயிரம் மீனவர்களும் கப்பலின் சரக்குகளை பிரித்தெடுத்து லிபரேட்டுகளின் ஆயுதங்களை அவர்கள் கப்பல்களுக்கு இடம் மாற்றினர். முந்நூறு மீனவக் கப்பல்களும் வந்த சுவடு தெரியாமல் கடலில் மறைந்தன. கரையை அடைந்த கடம்பன் ஆயுதங்களைப் பிரித்து பதுக்கினான். முந்நூறு கப்பல்களையும் பிரித்து எரிக்க உத்தரவிட்டான்.

நடந்த நிகழ்வு ஒரு மாயை போல் இருந்தது. சுகந்திக்கும் லிபரேட்டுகளுக்கும் எந்தத் தகவல்களும் தெரியவில்லை. அவர்கள் சரக்குக் கப்பல் வரக்கூடாது என நினைத்திருந்தனர். ஆனால் ஐந்து நாட்களில் சரக்குக் கப்பல் மெட்ராஸ் துறைமுகத்தை அடைந்தது. வழக்கமான சோதனைகளும் தொடங்கியது. ஆயுதங்கள் மாட்டிவிடும் என லிபரேட்டுகள் நடுங்கினர். ஆனால் கப்பலில் ஆயுதங்கள் ஏற்றி வந்த சுவடே இல்லை.

கப்பலின் தலைவன் நடுக் கடலில் கொள்ளையர்கள் கப்பலைச் சிறைபிடித்தனர் என காவலர்களுக்கு புகார் தெரிவித்தான். அது வெறும் கடல் கொள்ளை வழக்காக விசாரிக்கப்பட்டது. ஆயுதங்கள் பற்றிய எந்த அறிவும் யாருக்கும் இல்லை. லிபரேட்டுகள் நிம்மதி அடைந்தனர். சுகந்திக்கும் மற்றவர்களுக்கும் புரிந்தது இது கடம்பனின் செயல் என்று.

சுகந்தி கடம்பனுக்கு நன்றி தெரிவித்து கடிதம் எழுதினாள். தனிப்பட்ட விஷயங்களை பற்றி எதுவும் எழுதவில்லை. இரண்டு மாதம் கழித்து சூழல் இயல்பிற்குத் திரும்பியவுடன் கடம்பன் அவன் பதுக்கியிருந்த ஆயுதங்களை லிபரேட்டுகளிடம் கொடுத்தான். கடம்பனின் உதவியால் லிபரேட்டின் கிளைகள் மெட்ராஸ் மாகாணத்தில் பரவத் தொடங்கின. கடம்பனின் சொல்லுக்கு மெட்ராஸ் மாகாணத்தில் பெரும் கூட்டம் திரண்டு நின்றது. அனைவரும் லிபரேட்டுகளுடன் கைகோர்த்து நின்றனர். அது பெரிய எழுச்சியை லிபரேட்டுகளுக்கு மெட்ராஸ்

மாகாணத்தில் கொடுத்தது. ஒரு வலுவான அமைப்பாக லிபரேட் உலகம் முழுக்க விரிந்து செயல்பட்டுக்கொண்டிருந்தது.

ஆயுதங்கள் வந்து சேர்ந்ததைப் பற்றி ஒகோவோவுக்கு சுகந்தி தகவல் அனுப்பினாள். ஒகோவோவின் கிராமத்தில் இன்னும் எந்த மாற்றமும் நடக்கவில்லை. பள்ளிக்கூட கட்டிடம் திறந்த ஒரு வருடம் கழித்து அங்கு சென்று பார்த்தபோது அது கால்நடைகள் அண்டும் கூடமாக மாறி இருந்தது. ஒகோவோ அனைத்தையும் மீண்டும் சுத்தம் செய்தான். முதல் மாணவர்களாக அந்த கூடத்திற்கு தன் குழந்தைகளையும் மனைவிகளையும் அழைத்து வந்து படிக்க வைத்தான்.

காலம் மெதுவாக மாறுமென சுகந்தி நம்பிக்கை தெரிவித்தாள்.

இரண்டு வருடங்கள் கடந்தன. துடி அவன் மேல்படிப்பை முடித்துவிட்டு கடம்பனிடம் திரும்பினான். கடம்பன் நெற்றியில் சரிந்திருந்த முடிகளில் சாம்பல் படர்ந்திருந்தது. துடி நெடுநெடுவென வளர்ந்திருந்தான்.

“நீ உன்னோட அம்மாகிட்ட போ. அவளுக்குத் துணையா இரு” என கடம்பன் சொன்னான்.

துடி சுகந்திக்குக் கடிதம் எழுதினான். இரண்டு மாதம் கழித்து கல்கத்தாவை அடைந்தான்.

சலீமுல்லா சுகந்தி ஒரு வித பதட்டத்தில் காலையிலிருந்து சுற்றுவதைக் கவனித்தான். அவள் துடியைப் பார்க்கும் ஆவலில் இருப்பது அவனுக்குத் தெரிந்தது. அன்று வீட்டிற்கு சமையல் ஆட்களை வரவேண்டாம் என்றிருந்தாள். அவளே எதையெதையோ செய்தாள். சலீமுல்லா அவளைக் காலையிலிருந்தே சீண்டிக்கொண்டு இருந்தான். சுகந்தி மாதா... சுகந்தி மாதா என்றழைத்தான். அவளுக்குள் இருக்கும் மாதா வெளிவந்துவிட்டாள் என்று பாடி அவளைச் சீண்டினான்.

மதியம் ஒரு மணி அளவில் குதிரை வண்டி ஒன்று வந்து சுகந்தியின் வீட்டின் முன் நிற்கும் சத்தம் கேட்டு வேகமாக வெளியே வந்தாள். ஒரு நொடி கடம்பன் வருவது போல் நினைத்து திடுக்கிட்டாள். கிட்டத்தட்ட பன்னிரண்டு வருடங்கள்

கடந்திருந்தது. குதிரை வண்டியிலிருந்து இறங்கிய துடி சுகந்தியைக் கண்டுகொண்டான். பெரிதாக இருவருக்கும் எந்த வித உணர்ச்சிகளை வெளிப்படுத்துவது எனத் தெரியவில்லை. சலீமுல்லா முந்திக்கொண்டு வந்து துடியின் பைகளை வாங்கி உள்ளே அழைத்துப் போனான். சுகந்தி எதுவும் பேசாமல் அவர்கள் பின்னால் உள்ளே சென்றாள். அவளுக்கு எதுவும் பேசத் தோன்றவில்லை. சலீமுல்லாவே அவனை உட்காரச் செய்தான். அவனுக்கு மோரும் இனிப்பும் கொடுத்துப் பேசினான். சுகந்தி சமையல் அறைக்குள் சென்று அங்கிருந்து துடியை இமைக்காமல் பார்த்துக்கொண்டே இருந்தாள். துடியின் அனைத்து செயல்களும் பேச்சுகளும் அசைவுகளும் அவளுக்கு கடம்பனையே கண் முன் கொண்டு வந்தன. சில நிமிடங்கள் கழித்து சுகந்தி துடி அருகே சென்றாள். அவனிடம் ஏதேதோ பேச வேண்டும், உபசரிக்க வேண்டும் என எண்ணியிருந்தாள். ஆனால் எதுவும் இப்போது அவளுக்கு ஞாபகம் இல்லை. அவனிடம் சென்று அருகிலிருந்த இருக்கையில் அமர்ந்தாள். "கடம்பன் எப்படி இருக்கிறார்" எனக் கேட்டாள். "அப்பா நல்லா இருக்காரு வயசாகுதில்ல" என்றான். சுகந்தி மௌனமாக அவனைப் பார்த்தபடி இருந்தாள். "சரி நீ சாப்பிடு. கொஞ்ச நேரம் ஓய்வெடு. மாலை வெளியே போலாம்" என்றாள்.

சுகந்தியைக் கடம்பனின் நினைவு பற்றிக்கொண்டது. அவள் எப்போதும் கடம்பனை முற்றாக மறந்து விடவில்லை. மீண்டும் நெருங்கவும் துணியவில்லை. அவன் நினைவை அவள் சுமந்த படி இருந்தாள்.

நான்கு ஆண்டுகளுக்கு முன் ஒருமுறை சுகந்தி லண்டனிலிருந்த சமயம் கடம்பன் அங்கு சண்டையிடப் போகிறான் எனத் தெரிய வந்தது. அன்று மாலை யாரிடமும் சொல்லாமல் சண்டை அரங்கிற்குச் சென்றாள். நுழைவுச் சீட்டை வாங்கிக்கொண்டு இருக்கையில் அமர்ந்துகொண்டாள். அவள் இதயம் வேகமாக அடித்துக்கொண்டது. வளையத்திற்குள் கடம்பன் ஏறினான். ஏனோ அவளுக்கு கடம்பன் வளையத்திற்குள் இருந்து தன்னைப் பார்த்து கொண்டே இருப்பது போல் தோன்றியது. ஒவ்வொரு முறை கடம்பன் அவள் இருக்கும் திசைப் பக்கம் திரும்பும் போதும் அவள் இதயம் திடுக்கென அடித்துக்கொள்ளும். சுகந்தி இந்த முறை கடம்பனுக்கு எதிராக எந்தப் பந்தயத்தையும்

கட்டவில்லை. சண்டையில் கடம்பன் மேல் அடிவிழும் போது பதட்டத்தில் இருக்கையின் நுனிக்கே வந்துவிடுவாள். சண்டை முடிந்தவுடன் மௌனமாக வெளியே வந்துவிட்டாள். அவனைப் பார்க்கவோ பேசவோ அவள் துணியவில்லை. கடம்பனை அவள் எப்போதும் நேசிக்கிறாள் என அவளுக்குத் தெரியும்.

துடி உறங்கிக்கொண்டிருப்பதை சுகந்தி தூரத்திலிருந்து பார்த்துக்கொண்டிருந்தாள். வாழ்க்கை அதன் பெரிய சுழற்சியை முடித்துள்ளது என அவளுக்குப் புரிந்தது.

மாலை துடியுடன் அலுவலகம் சென்றனர். அடுத்தநாள் வெளிவரப்போகும் பத்திரிக்கைகள் அச்சில் ஓடிக்கொண்டிருந்தன. ஒரு வாரம் துடியுடன் பயணித்த சலீமுல்லா அனைத்தையும் அவனுக்குச் சொன்னான். அனைத்து செயல்பாடுகளும் துடிக்கு விளங்கியது. வரும் ஆண்டு இறுதியில் சுகந்தி ஐரோப்பியா பயணிக்க உள்ளதாகச் சொன்னாள். துடி கல்கத்தா கிளைப் பொறுப்பை எடுத்துக்கொண்டான்.

ஐந்து வருடங்கள் சுழன்றோடின. லிபரேட் பெரிய கூட்டமாக வளர்ந்திருந்தது. ஆயிரக்கணக்கான மக்கள் லிபரேட்டுடன் நேரடியாகவும் மறைமுகமாகவும் பயணித்தனர்.

அமுதுக்காக துடி சண்டையிட்டது லிபரேட்டுகளுக்கு வருத்தத்தைக் கொடுத்தது. இருந்தும் துடி அதன் எதிர்வினைகளை லிபரேட்டுகளுக்குச் சாதகமாகத் திருப்பினான். லிபரேட்டுகள் துணிந்து ஒட்டோமானின் முன்னாள் சுல்தானைக் கொல்லத் தீர்மானித்து அதற்கான திட்டத்தையும் வகுத்தனர். அனைத்தும் சரியாகச் சென்றுகொண்டிருந்தாலும் அவர்களுக்கு பெரிய சோதனையாக பிரிட்டன் உளவுத்துறை இருந்தது. பிரிட்டன்காரனின் தந்திரமான நகர்வுகள் லிபரேட்டுகளை பெரிய பொறியில் சிக்கவைத்தது. ஆயிரம் லிபரேட் வீரர்களுக்கு பதிலாக கடம்பனின் உயிரை பிரிட்டன்காரன் கேட்டு துடியையும் சுகந்தியையும் நிலைகுலைத்தான்.

சுகந்தி கடம்பனைப் பார்க்க கல்கத்தாவிலிருந்து பாண்டிச்சேரிக்குப் பயணித்தாள். பயணம் முழுக்க அவள் இதயம் கனத்து வெடித்தது. பாண்டிச்சேரியை அடைந்த

அவள் கால்கள் அதற்கு மேல் நகர மறுத்தன. அந்த மாலை வேளையில் கடம்பனின் சேரியை அடைந்த சுகந்தி கடம்பனைத் தேடிச் சென்றாள். கடற்கரைப் பகுதியில் கடம்பன் இருப்பது அவளுக்குத் தெரியவந்தது. கடற்கரையில் கடம்பன் அமர்ந்திருப்பதைப் பார்த்த சுகந்தி அவனை நோக்கி நடந்தாள். கரையில் சிறுவர்கள் விளையாடிக்கொண்டிருந்த கிரிக்கெட் பந்து கடம்பன் அருகே சென்று விழுந்தது. கடம்பன் பந்தை எடுத்து வீசத் திரும்பினான். அந்தத் திசையில் சுகந்தியைக் கண்டுகொண்டான். அனைத்தும் அந்த சிறிய மஞ்சள் பந்திலிருந்து தான் தொடங்கியது. இருவர் கண்களும் சந்தித்துக் கொண்டன. சுகந்தி கடம்பனை விட்டு விலகிச்சென்று பதினைந்து வருடங்கள் கடந்திருந்தது. சுகந்தி அந்த மிதிவண்டியில் சுற்றித்திரிந்த விடலைப் பெண் போலவே இருந்தாள். அந்தக் கண்களில் குறும்பும் சிரிப்பும் மட்டும் எங்கோ சென்று மறைந்து கொண்டது. உலகத்தை எந்த சிரமமுமின்றி சுற்றி வந்த அவள் கால்களால் பத்தடி தூரத்திலிருக்கும் கடம்பனை நோக்கிச் செல்ல முடியாமல் தளர்ந்து நின்றன. கடம்பன் மெதுவாக எழுந்தான். அவன் தோற்றம் முற்றாக மாறி இருந்தது. கண்களின் ஓரம் சுருக்கம் தென்பட்டது. அவன் முகம் ஒரு ஆழ்ந்த அமைதியை வெளிப்படுத்தியது. சுகந்தியை நோக்கிய கடம்பன் ஆச்சரியத்தை வெளிப்படுத்தவில்லை. அவன் உதடுகள் லேசாக புன்னகைத்தன.

“எப்படி இருக்க” என்றான். அவளால் பதிலேதும் பேச முடியவில்லை. கடம்பனை நேராகப் பார்ப்பது அவளுக்கு கடினமாகப்பட்டது. வேகமாகப் பேசிவிட்டுச் சென்றுவிட வேண்டுமென உள்ளுக்குள் போராடினாள். சில நிமிடங்கள் அமைதியாகவே கழிந்தன. கடம்பனும் அவளும் கடல் நீர் அருகே நடந்து கொண்டிருந்தனர். கடம்பன் மௌனத்தைக் கலைத்து “துடி எப்படி இருக்கான்” என மீண்டும் பேசினான். அவள் ம்ம் என்றே பதிலளித்தாள். “சரி என்ன” என்றான். பெரிய சிரமத்திற்கிடையே அவள் பேச முற்பட்டாள். அவள் கண்கள் கலங்குவதைத் தடுப்பது கடினமாக இருந்தது. கடம்பனுக்கு ஏதோ புரிந்தது. அவளை நீரின் அருகே விட்டுவிட்டு சிறிது தூரம் தள்ளிச் சென்றான். விலகிச் செல்லும் கடம்பனை பெரிய ஓசையை எழுப்பியபடி அலைகள் விரட்டிக்கொண்டு வந்தன.

மௌனமான சில நிமிட காத்திருப்பிற்கு பின்னர் சுகந்தி இறுகிய மனதுடன் கடம்பனை நோக்கி வந்தாள்.

"நாங்க எல்லாரு நல்லாயிருக்கோ. ஆனா நான் வேற ஒரு முக்கியமான விஷயமாக வந்தேன்" என்றாள். "நான் என்ன செய்ய முடியுமோ செய்யுறேன் சொல்லு" என்றான். அந்த அலைகளுக்கு எல்லாம் தெரியும் போல், சுகந்தியை பேசவிடாமல் பெரிய சத்தத்தையும் நீரையும் வாரி இறைத்தபடி தொடர்ந்து ஆர்பரித்தன. சுகந்தி வேகமாக நடந்ததைச் சொன்னாள். "உங்களுக்கு எதிரா துடி களமிறங்க போறான். அவனையும் லிபரேட்டுகளையும் காக்க உங்க வீழ்ச்சியால் தான் முடியும்" என்றாள். சில நொடி மௌனத்திற்கு பிறகு கடம்பன் "சரி பாத்துக்கலாம் நீ தைரியமா போ" என்றான்.

சுகந்தியால் எதுவும் பேச முடியவில்லை. அவள் மனமும் உடலும் பாறை போல் கனத்துக்கொண்டிருந்தது. அவள் விலக முயலும்போது கடம்பனின் குரல் கேட்டு நின்றாள்.

"சுகந்தி உனக்குத் தெரியுமில்ல எனக்குப் புரிஞ்ச தெரிஞ்ச விதத்துல நா உன்ன ஆழமா நேசிச்சனு. கடைசியா நீ சொன்ன மாதிரியே என்ன வீழ்த்தப்போற ஒருத்தன கண்டுபுடிச்சிட்ட" என்றான்.

அதற்கு மேல் அவள் அங்கு நிற்க முடியாமல் வேகமாகத் திரும்பினாள். வானம் கருத்திருந்தது. ஆர்ப்பரிக்கும் அலை ஓய்ந்தபாடில்லை. சுகந்தியால் அவள் கண்களில் வழியும் நீரைக் கட்டுப்படுத்த முடியவில்லை. அவள் கல்கத்தாவிற்குப் புறப்பட்டாள்.

கடம்பனுக்கும் துடிக்கும் சண்டை நடக்கும் நாளில் அரங்கம் நிரம்பி வழிந்தது. பிரிட்டன் குழுவும் பிரெஞ்சுக் குழுவும் அவரவர் இருக்கைகளை எடுத்துக்கொண்டனர். பிரிட்டன்காரனுக்கு நடப்பது அனைத்தும் தெரிந்தது போல் உற்சாகமாக இருந்தான்.

கடம்பனும் துடியும் வளையம் புகுந்தார்கள். சண்டையில் கடம்பன் எந்த எதிர்ப்பையும் காட்டாமல் அவன் மரணத்தை அமைதியாக ஏற்றுக்கொண்டான். கடம்பன் அவனின்

இறுதி நொடிகளில் எந்த வலியையும் உணரவில்லை. சிறுவயதில் அவன் கால்கள் பசியிடமிருந்து தப்பிக்க ஓடியதும், பிரெஞ்சுக்காரனின் பாசமும், அவனின் முதல் பெண் தீண்டலான அமிலியும், அவனால் பந்தயத்தில் இரக்கமின்றி வீழ்ந்த வீரர்களும் அவன் நினைவில் ஒரு நொடியில் வந்து போனார்கள். பதினைந்து வருடமாக அவன் இதயத்தைக் கனக்க வைத்த சுமையும் இப்போது தீர்ந்திருந்தது. கடம்பனின் இறுதி மூச்சில் சுகந்தியே முழுதாக நிரம்பி இருந்தாள். அவளைப் புரிந்து கொள்ளாமல் தவிக்கச் செய்தது, அவளுக்காக அவன் எதுவும் செய்யாமல் இருந்தது அவனை கடைசி நொடிவரை உறுத்தியது. இந்த மரணம் அனைத்தையும் சமம் செய்துவிட்டதாக அவனுக்குப்பட்டது. அவன் மனம் முழுக்க சுகந்தியின் நினைவுகளோடும் அவனின் முகம் நிம்மதியை வெளிப்படுத்தியபடியும் மரணம் கடம்பனை இறுக அணைத்து எடுத்துச் சென்றது.

பிரிட்டன்காரனும் குழுவும் ஆர்ப்பாட்டமாக அரங்கத்தைவிட்டு வெளியேறினார்கள். துடியை சுகந்தி அவன் தந்தையின் அருகே விட்டுவிட்டு அவள் அறையை நோக்கி வேகமாக நடந்தாள். கடம்பனின் இறுதிப் பார்வை, அதில் புதைந்திருந்த காதல் சுகந்தியை எரியச் செய்தது. அறையைத் தாழிட்டுக்கொண்டு "ஓ" வெனக் கதறி அழுதாள். உலகத்தில் அவளைப் பெரிதாக விரும்பிய நேசித்த உயிரை அவளே வெட்டி வீழ்த்தினாள். எதுவாயினும் அவனின் இழப்பை ஈடு செய்ய முடியாது. கடம்பனும் சுகந்தியும் எத்தனை ஆண்டுகள் எத்தனை தூரம் பிரிந்திருந்தாலும் அவர்களின் நினைவுகளோடு இருவரும் சேர்ந்தே இருந்தனர். கடம்பன் சுகந்தியை முழுதாக அவனோடு எடுத்துக்கொண்டே சென்றிருந்தான்.

11

துடி ஒட்டோமன் முன்னாள் சுல்தானைக் கொல்வதில் ஏதேனும் பின்னடைவு ஏற்பட்டால் லிபரேட்டுகள் தப்பிக்க இரண்டாவது திட்டத்தையும் வகுத்திருந்தான். அவன் லண்டனில் படிக்கும் காலத்தில் அவனோடு எத்தியோப்பியா அரசர் மெனெலிக்கின் (Menelik) மனைவி வழி சொந்தமான அம்லாக் (Amlak) உடன் நெருங்கிய நட்பு ஏற்பட்டது. இருவரும் ஒரே வகுப்பில் படித்தவர்கள். அம்லாக்கின் தந்தை எத்தியோப்பிய அரசபையில் முக்கியமான பொறுப்பில் இருந்தார். படிப்பை முடித்த அம்லாக்கும் ராஜ்ஜிய ரீதியிலான பொறுப்புகளை ஏற்றுக்கொண்டு செயல்படத் தொடங்கினான்.

எத்தியோப்பிய அரசர் மெனெலிக் கடுமையாக ஐரோப்பிய ஊடுருவலை எதிர்த்து வந்தார். பத்து வருடம் முன் நடந்த இத்தாலிக்கு எதிரான போரில் மெனெலிக் இத்தாலியிடமிருந்து எரித்திரியாவை மீட்டார். ஆப்பிரிக்க நாடுகள் முழுக்க ஐரோப்பிய நாடுகளுக்கு அடிமையாக எத்தியோப்பியா மட்டும் கம்பீரமாக அவர்களை எதிர்த்து வெற்றியும் கண்டது.

ஆப்பிரிக்கா முழுவதும் ஐரோப்பிய வீழ்ச்சியை மெனெலிக்கும் எதிர்பார்த்தே இருந்தார்.

முற்போக்கான சிந்தனையுடைய எத்தியோப்பிய அரசபை நடுநிலையான அரசைக் கட்டமைப்பதில் தீவிரம் காட்டியது. மதம் சார்ந்த கல்விமுறையைக் கடந்து மெனெலிக் நவீனக் கல்விமுறையையும் கொண்டு வந்தார். லிபரேட்டும் அதன் கல்வி நிறுவனங்களை எத்தியோப்பியாவில் நடத்தி வந்தது.

லிபரேட்டுகளின் ஒட்டோமன் சுல்தான் திட்டத்தை துடி அம்லாக்கிடம் சொல்லி இருந்தான். ஏதேனும் தவறு நடக்கும் வேளையில் லிபரேட்டுகள் எத்தியோப்பியாவுக்குள் தஞ்சம் புக அனுமதிக்க வேண்டும் எனக் கேட்டிருந்தான். அம்லாக் முதலில் இது பெரிய காரியம், தன்னால் மட்டும் முடிவெடுக்க முடியாது என மறுத்தான். ஆனால் துடியின் தொடர் வற்புறுத்தலால் அம்லாக் அரசபையின் முதன்மை நிர்வாகியான காப்ரா ஹேவாட்டிடம் (Gabra heywat) தகவலை எடுத்துச் சென்றான். தீவிர ஆலோசனைக்குப் பின்னர் காப்ரா அதற்கு சம்மதம் சொன்னார். எத்தியோப்பியாவும் ஒட்டோமன்களிடமிருந்து சூடானைக் கைப்பற்ற தீவிரமாக ஆலோசித்த தருணம் அது. ஒருவேளை லிபரேட்டுகளின் சூடான் ஊடுருவல் அங்கு பெரிய அரசியல் குழப்பத்தை ஏற்படுத்தினால் எத்தியோப்பியா அதை தனக்குச் சாதகமாக்க வாய்ப்புண்டு என காப்ரா எண்ணினார். தவிர ஐரோப்பிய வீழ்ச்சியே அவர்களுக்கும் பெரும் தேவையாக இருந்தது.

அவர்களுக்கும் பிரிட்டன், ஒட்டோமன்களுடனான வெளியுறவு விவகாரத்தில் பெரிய விரிசல் ஏற்படலாம் என காப்ரா நினைத்தாலும் லிபரேட்டுகளுக்கு அடைக்கலம் தர சம்மதித்திருந்தார்.

துடி சூடான் தீவுக்குச் செல்லும் லிபரேட் தலைமை வீரர்களிடம் இந்தத் திட்டத்தை விரிவாகச் சொல்லி இருந்தான். ஒருவேளை தீவில் நமக்கு எதிரான செயல்கள் ஏதேனும் நடைபெறும் தருணத்தில் கப்பல் வழியாகவோ இல்லை கால்நடையாகவோ சூடானின் டோகர் (Tokar) வழியாக எத்தியோப்பியா பிடித்திருந்த கிரோ (Kero) பகுதியைக் கடந்து எரித்திரியாவின் மையப் பகுதியை அடைய லிபரேட்டுகளுக்கு ஆணை இருந்தது.

அபாயகரமான மலைகளும் வனங்களும் நதிகளும் சூழ்ந்த கிட்டத்தட்ட ஆயிரம் கிலோமீட்டர் பாதையை லிபரேட்டுகள் கடக்க வேண்டும்.

எத்தியோப்பியாவுக்குள் லிபரேட்டுகள் நுழைய அனுமதிச் சீட்டை துடி வாங்கி இருந்தான். அதை இந்திய லிபரேட் தலைவனிடம் ஒப்படைத்து அதைத் தேவையின்போது பயன்படுத்தும்படி சொல்லி இருந்தான்.

லிபரேட்டுகள் செயலில் இறங்கி இருந்தனர். சூயஸ் கால்வாயிலிருந்து விடுபட்ட லிபரேட்டுகளின் கப்பல் சூடான் துறைமுகத்தை நோக்கிச் சென்று கொண்டிருந்தது. இரவு குளிரையும் இருளையும் தாண்டி இன்னும் ஒரு மணி நேரத்தில் துறைமுகத்தை அடைந்து விடும். லிபரேட்டுகள் அனைவரும் தங்கள் ஆயுதங்களைச் சரி பார்த்துக்கொண்டு ஆயத்தமானார்கள். பீரங்கிகள் கொள்கலனில் இருந்து இறக்கப்பட்டன. ஒரு பீரங்கிக்கு இருவர் பொறுப்பு என பத்து பீரங்கிகளை இருபது லிபரேட்டுகள் ஆயத்தப்படுத்தினர். அடிமைகள் அனைவரையும் சூடான் துறைமுகத்திலேயே பிரித்து அனுப்பிவிட ஏற்பாடுகள் இருந்தது. அவர்களை அழைத்துச் செல்ல தனியாக ஆட்களும் துறைமுகத்தில் இருந்தனர்.

லிபரேட்டுகள் துறைமுகத்தை விட்டு இறங்கியவுடன் அவர்களைத் தீவுக்கு எடுத்துச்செல்ல இருபது சிறு படகுகள் ஆயத்தப்படுத்தப்பட்டிருந்தன. இருபது நிமிடப் பயணத்தில் அவை சூடானிலிருந்து சுகின் தீவை அடைந்துவிடும். சூடான் துறைமுகத்தில் பெரிய கண்காணிப்பும் பாதுகாப்பும் இருக்காது. லிபரேட்டுகளுக்கான சமிக்ஞை வந்தவுடன் சிறிய படகுக்கு இடம் மாற வேண்டியதுதான் என எண்ணினர்.

நிமிடங்கள் கரைந்தன. தூரத்தில் இரவின் பனியை ஊடுருவிக்கொண்டு கலங்கரைவிளக்கின் ஒளி லிபரேட்டுகளின் கப்பலில் பட்டுத் திரும்பியது. சில நிமிடங்களில் கப்பல் துறைமுகத்தை அடைந்து விடும் எனக் கணித்தனர்.

அடிமைகளின் கட்டுகள் அவிழ்க்கப்பட்டது. அவசரப்படாமல் நாங்கள் சொன்ன பிறகு மெதுவாக தரை இறங்குங்கள் என எச்சரித்தனர். சரியாகப் பத்தாவது நிமிடத்தில் கப்பல்

துறைமுகத்திற்குள் நுழையும் முதல் ஒலியை எழுப்பியது. சட்டென துறைமுக வெளிச்சம் லிபரேட்டுகளுக்கும் அடிமைகளுக்கும் ஒருவிதப் பதட்டத்தை ஏற்படுத்தியது. கப்பலின் வேகம் இரண்டு நாட்ஸிற்கும் கீழ் குறைந்தது. ராட்சச ஆமை போல் மெதுவாக நகர்ந்துகொண்டிருந்த கப்பலுக்கு முப்பது நிமிடம் கழித்து அதன் இடத்தில் நிற்க அனுமதி வழங்கப்பட்டது. அதன் இயந்திரங்களும் பெரிய இரைச்சலைக் கிளப்பியபடி அணைந்தன.

இயந்திரங்கள் நின்ற பிறகு பெரிய நிசப்தத்தை லிபரேட்டுகள் உணர்ந்தார்கள். சிறிய ஊசி விழுந்தால் கூட பெரிய ஓசை உண்டுசெய்யும் போல் ஒரு மாயை உண்டாகியது.

அரைமணி நேரக் காத்திருப்பிற்குப் பின்னர் மூன்று லிபரேட்டுகள் நோட்டமிடுவதற்காகத் தரையிறங்கினர். துறைமுகம் முழுக்க ஆள் அரவமற்றுக் காணப்பட்டது. சுமாராக ஐநூறு மீட்டர் தொலைவில் இடது புறமாகச் சிவப்பு விளக்கு ஒன்று அணைந்து அணைந்து எரிந்தது. லிபரேட்டுகள் தங்களுக்கான சமிக்ஞையைக் கண்டுகொண்டனர். மூவரில் ஒருவன் மட்டும் வேகமாக அந்த ஒளியை நோக்கி ஓடினான். அவன் அதை நெருங்கிய சில நொடிகளில் அணைந்து எரிந்த ஒளி நின்றது. சென்ற லிபரேட்டுடன் ஒரு கருப்பினத்தவன் வந்தான். அவர்களுக்கான குறியீடுகளை மாற்றிக் கொண்டனர். கருப்பினத்தவன் வேகமாக வலது திசை நோக்கி ஓடினான். அவன் வேறொரு மூன்று ஆட்களை அழைத்து வந்தான். அனைவரும் கப்பலின் பின்பக்கம் ஓடினர். கீழிறங்கிய லிபரேட்டுகளில் ஒருவன் மீண்டும் கடகடவென மேலேறினான். சமிக்ஞை கிடைத்துவிட்டதாகவும் முதலில் அடிமைகளைக் கீழிறக்கும்படியும் சொன்னான். எந்தச் சத்தமுமின்றி ஆயிரம் அடிமைகளும் ஒருவர்பின் ஒருவராக அரைமணி நேரத்திற்குள் பின்பக்கமாகக் கீழிறங்கினர். அனைவரையும் கருப்பினத்தவன் கடலை நோக்கி அழைத்துச் சென்றான். இருளுக்குள் மறைந்த அவர்கள் அவர்களுக்காகக் காத்திருந்த படகுகளில் ஏறிச் சென்றனர். அவர்களைத் தொடர்ந்து லிபரேட்டுகள் இறங்கிக் கொண்டிருந்தனர். ஆயுதங்களும் இறக்கப்பட்டன. அலைகள் பெரும் ஓசையோடு பாறைகளில் மோதும்போது பெரிய ஆயுதங்களைத் தரையில் "தொப்" எனக் கிடத்தினர். தொடர்ந்து

வந்த அரைமணி நேரத்திற்குள் அனைவரும் கீழிறங்கி அவரவர் ஆயுதங்களுடன் தீவை அடைய ஆயத்தமானார்கள். அவர்களுக்காகக் கிழக்குப் புறமாக ஒரு கிலோமீட்டர் தொலைவில் இருபது படகுகள் காத்திருந்தன. வரிசையாகச் செல்லும் எறும்பைப் போல ஒருவர்பின் ஒருவராகக் குனிந்தபடியே வேகமாக எந்த இடைவெளியும் இல்லாமல் ஒரு கிலோமீட்டர் ஓடி படகில் ஏறினர். அவர்களைத் தொடர்ந்து பீரங்கிப் படையும் வந்தது. படகுகள் அனைத்தும் இருளைக் களையாமல் அந்தச் சுக்கின் தீவை நோக்கிப் புறப்பட்டன.

பிரிட்டன் உளவுத்துறை சுல்தான் அப்துல் ஹமீதின் உயிருக்கு ஆபத்து இருப்பதாக எகிப்து அரசுக்குத் தகவல்களைப் பகிர்ந்திருந்தது. எகிப்து அரசும் அதன் ராணுவத்தை ஆயத்தப்படுத்தி இருந்தது. சூடான் துறைமுகத்தில் லிபரேட்டுகளைப் பிடிப்பது சற்று சிக்கலான காரியமாக இருக்கும். துறைமுகம் பரந்துபட்ட இடம், அவர்கள் தப்பிக்க வாய்ப்புகள் அதிகம் என எகிப்து ராணுவத்தினர் முடிவெடுத்தனர். தவிரப் பல நாட்டு சரக்கு கப்பல்களுக்கும் ஆபத்து ஏற்படலாம். ஆதலால் எதிரிகளைச் சுக்கின் தீவுக்குள் வர வைப்பது என முடிவு செய்தனர்.

தீவின் மையப் பகுதியை அடைந்துவிட்டால் அவர்களை இலகுவாகச் சுற்றி வளைத்துப் பிடித்துவிடலாம் எனத் திட்டம் வகுத்தனர். சுக்கின் தீவு முழுக்க லிபரேட்டுகளுக்குப் பொறியாக மாற்றப்பட்டிருந்தது. சுல்தான் அப்துல்லும் அவரின் குடும்பம் மற்றும் காவல் படைகளும் ஒரு வாரம் முன்னரே பாதுகாப்பான இடத்திற்கு மாற்றப்பட்டனர். தீவில் தங்கி இருந்த சொற்பமான பழங்குடிகளும் அகற்றப்பட்டனர். தீவு முழுக்க எகிப்து ராணுவத்தின் கட்டுப்பாட்டுக்குள் வந்தது.

வைகறை இரண்டு முப்பது மணியளவில் லிபரேட்டுகளின் படகுகள் தீவை அடைந்தன. படகின் இயந்திரத்தை அரைக் கிலோமீட்டர் தொலைவிலேயே நிறுத்திவிட்டு துடுப்புகள் போட்டு கரையை அடைந்தனர். தீவில் இருளும் பனியும் சேர்ந்துகொண்டு ஒரு மாய உலகிற்குள் புகுவது போலான தோற்றத்தை உண்டு பண்ணியது. தீவு பேய் அமைதியுடன் உறங்கிக் கொண்டிருந்தது.

லிபரேட்டுகள் அனைவரும் ஒன்றிணைந்தனர். முதலில் பத்து லிபரேட்டுகளை நோட்டம் பார்ப்பதற்காக தீவினுள் அனுப்பினார்கள். அவர்கள் இரண்டு இரண்டு நபர்களாகப் பிரிந்து உள்ளே சென்றனர். அரை மணி நேரம் கழித்து மூன்று குழுக்கள் திரும்பி வந்தனர். உள்ளே செல்வோம் என்றனர். ஆனால் கிழக்கு முகமாகச் சென்ற மற்ற இரண்டு குழுக்களும் திரும்பவில்லை. அவர்களுக்காகக் காத்திருந்தனர். நேரம் கடந்தும் அவர்கள் வரவில்லை. ஏதோ தவறாகப் பட்டது லிபரேட்டுகளுக்கு. அவர்களைத் தேடி மூன்று குழுக்களும் மீண்டும் செல்லத் தீர்மானித்தனர். மற்ற அனைவரும் ஒரு சிறு குன்றின் அருகே பதுங்கினர்.

யாரும் எதிர்பார்க்காத நொடியில் கை பீரங்கி ஒன்று லிபரேட்டுகளை நோக்கி வெடித்துச் சிதறியது. வெடித்த தாக்கத்தில் நிலம் அதிர்ந்து பாறைகளும் மணல், கற்களும் சிதறி லிபரேட்டுகள் மேல் விழுந்தன. தொடர்ந்து வெடித்துச் சிதறிய கை பீரங்கி குண்டுகள் லிபரேட்டுகளை தடுமாறச் செய்தது. வீரர்களின் ஒருங்கிணைப்பாளர்கள் படகை நோக்கி "ஓடுங்க... ஓடுங்க..." எனக் கத்தினார்கள். முன் வரிசையிலிருந்த லிபரேட்டுகளின் துப்பாக்கிகள் கவசமாக இருளை நோக்கி இலக்கின்றி வெடிக்கத் தொடங்கின. பின்வரிசை லிபரேட்டுகள் படகை நோக்கி ஓடினர்.

அரைக் கிலோமீட்டர் தொலைவில் இருந்த படகில் தாவி ஏறிய தருணம் அவர்கள் கவனிக்காத விதமாக பின்புறமிருந்து வந்து கொண்டிருந்த பத்து எகிப்தியக் கப்பல்படை வீரர்கள் அவர்களைச் சூழ்ந்துகொண்டு தாக்கத் தொடங்கினர். சரமாரியாக குண்டு மழையை எகிப்தியக் கப்பல்கள் கக்கத் தொடங்கின. லிபரேட்டுகளின் கப்பல்கள் வெடித்து சிதறின. பல லிபரேட்டுகள் உடல் பிளந்து இரத்தம் தெறிக்க சிதறி விழுந்தனர். எஞ்சியவர்கள் வேறு வழியில்லாமல் மீண்டும் குன்றை நோக்கித் திரும்பி ஓடினர். எதிர்பாராத தாக்குதலால் லிபரேட்டுகளை பயமும் பதட்டமும் தொற்றிக்கொண்டது. சரியாக யோசிக்க முடியவில்லை. எகிப்திய காலாட்படை குன்றை சுற்றிச் சூழத் தொடங்கியது.

அஞ்சிய லிபரேட்டுகளைப் பார்த்து லிபரேட்டின் இந்திய தலைவன் “இனி எதுவும் ஆகப்போவதில்லை. நேரடி யுத்தத்திற்கு ஆயத்தமாகுங்கள். நம் வாழ்வு தெற்கு நோக்கி உள்ளது. எத்தியோப்பியாவை அடைய வேண்டும், தாக்கி முன் செல்வோம். தெற்கு நோக்கிச் செல்வோம். தாக்குதலில் உயிர் பிழைப்போர் வாழ்வோம். பயந்து இங்கேயே முடங்கிவிட்டால் அனைவரும் மடிந்து விடுவோம்” எனக் கத்தினான். சேர்ந்து செயல்படுவோம் என ஐரோப்பியத் தலைவனும் ஊக்கப்படுத்தினான்.

லிபரேட்டுகளுக்கு அவர்கள் சிக்க வைக்கப்பட்டுள்ளனர் எனப் புரிந்தது. நொடியில் இயல்பை அடைந்து தாக்க ஆயத்தமானார்கள். தடுப்பு போர் உத்தி உதவாது என்று தாக்கி முன்செல்லத் தீர்மானித்தனர். தீவின் வரைபடத்தைப் பார்த்தனர். தெற்கு முகமாகச் சரியாக இரண்டு கிலோமீட்டர் தொலைவில் தீவைச் சிறு வனம் சூழ்கிறது. அதைத் தாண்டினால் நிறையக் குன்றுகள். அந்த இடம் இயற்கையான கேடயத்தை லிபரேட்டுகளுக்குத் தரும். அதைத் தாண்டி ஐந்து கிலோமீட்டர் தொலைவில் தீவின் எல்லை வருகிறது. தொடர்ந்து இரண்டு கிலோமீட்டர் கடலைத் தாண்டினால் சூடான் நிலப்பரப்புக்குள் புகுந்துவிட முடியும். சூடானின் நிலத்திற்குள் சென்றுவிட்டால் முழுதாக வனமும் மலைகளும் தான். லிபரேட்டுகள் பிழைக்கும் வாய்ப்புகள் அதிகரிக்கும்.

சூடானின் தெற்கு திசையில் ஆயிரம் கிலோமீட்டர் பயணத்தில் எத்தியோப்பியாவுக்குக் கீழுள்ள எரித்திரியாவை அடைந்தால் லிபரேட்டுகள் உயிர் பிழைக்கலாம். வாழ்வும் சாவும் இனி நம்மையே சேரும் என முடிவெடுத்தனர்.

முதல் கட்டமாக இருநூறு லிபரேட்டுகள் குன்றை நோக்கி வரும் எகிப்தியத் தாக்குதலை திசை திருப்பவும் இரண்டாவது நூறு லிபரேட்டுகள் கப்பல் படையைத் தாக்கி அவர்களை நிறுத்தவும் மீதமுள்ள லிபரேட்டுகள் வனத்தை நோக்கி ஓடவும் திட்டம் வகுத்தனர். பீரங்கிப் படை இரண்டாகப் பிரிக்கப்பட்டது. எகிப்திய காலாட்படையை நோக்கி மூன்றும், கப்பல் படையை நோக்கி மூன்றும் தாக்கத் தொடங்கின. லிபரேட்டுகள் இந்த முறை இடைவிடாமல் தாக்கினர். ஒரு

நொடி கூட இடைவெளி இல்லை. இருநூறு லிபரேட்டுகளின் துப்பாக்கி ரவைகளும் இலக்கின்றி இருளின் திசைக்குள் பாய்ந்து வெடித்துச் சிதறின. ஒரு குழு கப்பல் படையை நோக்கி பீரங்கிகளைச் சிதறவிட்டது. திசை திருப்பலைப் பயன்படுத்திக்கொண்டு பெரிய கூட்டம் வனத்தை நோக்கி சுட்டுக்கொண்டே ஓடியது. பெரிய உயிர்ச்சேதமின்றி ஏழு நிமிட ஓட்டத்தில் வனத்திற்குள் புகுந்தது. சுதாரித்துக்கொண்ட எகிப்தியப் படை அதன் தாக்குதலை தொடுத்தது. இரண்டு நிமிடம் நிலவிய சிறு அமைதியை உடைத்துக்கொண்டு பெரிய பீரங்கி குண்டுகள் இருநூறு லிபரேட்டுகள் மறைந்திருந்த குன்றின் மீது விழுந்தது. வெடித்த வேகத்தில் குன்றின் பாறைகள் சிதறி லிபரேட்டுகளைச் செயல்பட விடாமல் தாக்கின. தொடர்ந்து பீரங்கி குண்டுகள் மழைபோல் விழ இனி பதுங்கி இருப்பது பயன் தராது என மீதம் இருப்பவர்களும் வனத்தை நோக்கி ஓடினர். கப்பல் படையைத் தாக்கிய லிபரேட்டுகளும் சேர்ந்து ஓடத் தொடங்கினர். கிட்டத்தட்ட திறந்த வெளியில் முந்நூறு லிபரேட்டுகள் பருந்தால் வேட்டையாடப்படும் கோழிக் குஞ்சுகளைப் போல் எகிப்திய குண்டுகளுக்கு இடையே மாட்டி சிதைந்தனர். இரண்டு கிலோமீட்டர் தொலைவுக்குள் கிட்டத்தட்ட நூறு லிபரேட்டுகளின் உடல் சிதறியது. வனத்துக்குள் புகுந்த எஞ்சிய அனைவரும் நிற்காமல் ஓடிக்கொண்டே இருந்தனர்.

குன்றுகளைத் தாண்டி தீவின் எல்லையை அடையும்போது மீண்டும் எகிப்திய கப்பல் படையும் குதிரைப் படையும் அவர்களைச் சூழ்ந்தது. கிட்டத்தட்ட எழுநூறு லிபரேட்டுகள் குன்றுக்குள் பதுங்கி இருந்தனர். இன்னும் ஒரு மணி நேரத்தில் வானம் வெளுத்துவிடும். அதற்குள் கடலைக் கடக்கவில்லை என்றால் பெரும்பான்மையில் உயிர்கள் பிழைக்காது என உணர்ந்திருந்தனர்.

நான்கு பீரங்கிகள் மட்டுமே கைவசம் இருந்தன. லிபரேட்டுகள் அனைவரும் சோர்ந்து அரைமயக்கத்தில் கிடந்தனர். உடல் முழுக்க இரத்தமும் வியர்வையும் வெடித்துச் சிதறிய தூசு துகள்களுமாக இருந்தது. உயிர் பிழைக்க வேண்டுமென்றால் ஓடியாக வேண்டும். இவர்கள் தாமதித்தால் அது எகிப்திய படைகள் அவர்களைச் சூழ்வதற்கான நேரத்தைக்

கொடுத்துவிடும். ஐரோப்பிய லிபரேட் தலைவன் எழுந்தான். இந்த முறை நான் திசை மாற்றுகிறேன் என்றான். தீவின் எல்லைக்கும் சூடான் நிலப்பரப்பிற்கும் நேர் எதிராக எகிப்திய படைகள் மறித்து நின்றன. தீவின் கிழக்கு முகமாக இரண்டு கிலோமீட்டர் தாண்டி தீவின் கரைக்கும் சூடான் கரைக்கும் இடையே ஒரு சிறு அடர்ந்த நிலப்பரப்பு கடலில் மிதந்து கொண்டிருந்தது. அந்த நிலப்பரப்புக்குள் புகுந்தால் சூடானுள் செல்ல வாய்ப்புகள் அதிகம்.

ஐரோப்பிய லிபரேட்டுகளும் இந்திய லிபரேட்டுகளும் ஒருவரை ஒருவர் அணைத்துக்கொண்டனர். மீள்வோம் மீண்டும் இணைவோம் எனக் கூறிக்கொண்டனர். ஐரோப்பியத் தலைவன் பின்னால் நூறு லிபரேட்டுகள் மேற்கு முகமாக அவர்களின் துப்பாக்கிகளை சுட்டுக்கொண்டு கடலை நோக்கி ஓடினர். இருளில் எகிப்திய படை வீரர்களால் லிபரேட்டுகளை சரியாகப் பார்க்கவும் கணிக்கவும் முடியவில்லை. அனைவரும் மேற்குப் பக்கம் கடலில் இறங்குகிறார்கள் என நினைத்துக்கொண்டு எகிப்திய படை அந்த திசை நோக்கி முன்னேறியது. இடைவெளியைப் பயன்படுத்திக்கொண்ட அறுநூறு லிபரேட்டுகளும் வேகமாக கிழக்கு முகம் நோக்கிச் சென்று கடலில் இறங்கினர். கிட்டத்தட்ட மூவாயிரம் எகிப்திய வீரர்களும் நான்கு கப்பல்களும் மேற்குப் பக்கம் ஓடிய லிபரேட்டுகளைச் சூழ்ந்து குண்டுகளைப் பொழிந்தனர். கடலில் இறங்கிய லிபரேட்டுகளின் உடல்கள் சிதறி அவர்கள் குருதியால் நீர் கருஞ்சிவப்பாக மாறியது. கிட்டத்தட்ட அனைவரும் உயிர் இழந்தனர். சொற்பமாகப் பிழைத்தவர்கள் கரை ஏறி சூடான் கரையைத் தாண்டி வனத்தை நோக்கி ஓடினர். எகிப்தியக் குதிரைகள் எந்த அச்சமுமின்றி கடலில் இறங்கி கரை ஏறின. கரையில் ஓடிக்கொண்டிருந்த லிபரேட்டுகளின் தலைகள் பின்னால் விரட்டிவந்த குதிரை வீரர்களால் வெட்டி வீசப்பட்டது. நூறு லிபரேட்டுகளில் ஒருவர் கூட உயிர் பிழைக்கவில்லை.

இந்த இடைவெளியில் கிழக்குநோக்கிச் சென்ற லிபரேட்டுகள் சூடான் வனத்துக்குள் புகுந்து தெற்கு நோக்கி நிற்காமல் ஓடிக்கொண்டிருந்தனர். இருபது நிமிடங்களில் வானம் வெளுக்கத்தொடங்கியது. எகிப்திய வீரர்கள் கடலில்

மிதக்கும் சிதறிய உடல்களை எடுத்துக் கரையில் போட்டனர். எண்ணிக்கை மிகவும் குறைவாக இருந்தது.

தெற்கிலிருந்த வனத்தில் பறவைகள் பெரிய ஒலிகளை எழுப்பியபடி கூட்டம் கூட்டமாக பீதியால் வெளியேறிக் கொண்டிருந்தன. சூரியன் முழுமையாக அவன் கதிர்களைப் பாய்ச்சினான். பனி உருகி காட்டின் மணத்துடன் கலந்து வீசத்தொடங்கியது. பலர் வனத்திற்குள் தப்பி ஓடியிருப்பார்கள் என்று யூகித்த எகிப்தியப் படை ஆயிரத்திற்கும் மேற்பட்ட வீரர்களை காட்டுக்குள் அனுப்பி அவர்கள் வேட்டையைத் தொடர்ந்தது. குதிரைப் படை மின்னல் வேகத்தில் கடல் மண்ணை வாரி இறைத்தபடி தலைமையிடம் நோக்கிப் பறந்தது. வனத்தைச் சுற்றி எதிரிகளைப் பிடிக்க நூறு குதிரைகளுடன் செல்ல தலைமை ஆணை பிறப்பித்தது.

ஐந்து கிலோமீட்டர்களைக் கடந்திருந்த லிபரேட்டுகள் சற்று களைத்து ஆங்காங்கே உட்கார்ந்தனர். யாராலும் எதுவும் பேச முடியவில்லை. லிபரேட்டுகளின் தலைவன் “செல்வோம் தாமதம் நம்மைக் கொன்றுவிடும்” எனக் கத்தினான். வெள்ளைக்காரன் ஒருவன் “எவ்வாறு தெற்கை அடைந்தால் நாம் பிழைக்க முடியும்” என்றான். “எத்தியோப்பியா நமக்கு ஆதரவு தருவதாகக் கூறியுள்ளது. நாம் நகர்வோம்” எனச் சொன்னான். யாரும் எதையும் உள்வாங்கிக்கொண்டு செயல்படும் நிலையில் இல்லை. “இது முழுக்க பொறியாக உள்ளது. ஏன் எங்களை மாட்டிவிட்டாய்” என தலைவன் மீது பாயச்சென்றான் வெள்ளையன். “அனைவரும் மாட்டியுள்ளோம். நிதானத்தை இழக்காதே” என அவனைத் தடுத்து கீழே தள்ளிக் கத்தினான் தலைவன். “நகர்வோம்... நாம் ஒன்றிணைந்து செயல்பட்டால் கண்டிப்பாகக் கடந்து விடமுடியும். தளராமல் நகர்வோம். நகர்வு மட்டுமே நம்மைக் காக்கும்” என ஊக்கப்படுத்தினான்.

லிபரேட்டுகளுக்கு வேறு வழியில்லை. அனைவரும் எழுந்தனர். அவர்கள் ஆயுதங்களைச் சரிபடுத்தினர். தெற்கு நோக்கி நகரத் தொடங்கினர்.

ஆயிரம் கிலோமீட்டரில் நானூறு கிலோமீட்டர் வனம் சூழ்ந்திருந்தது. அதைக் கடந்து மூன்று பெரும் ஆயிரம் அடி உயர மலைச் சிகரங்களும் சிகரங்களுக்கு இடையே

அபாயகரமாக ஓடிக்கொண்டிருக்கும் நதிகள் மற்றும் சதுப்பு நிலங்களும் சூடான் எல்லையாக இருந்தது. அனைத்தையும் கடந்து மீண்டும் வனத்திற்குள் புகுந்தால் எரித்திரியா பகுதியை அடைந்து விடலாம். சூரியன் உச்சியை எட்டியிருந்தது. இருந்தும் அடர்த்தியான மரங்களை ஊடுருவி நிலத்திற்குள் ஒளியைப் பாய்ச்ச முடியவில்லை.

மூன்று மணி நேர தொடர் ஓட்டத்தால் மேலும் ஐந்து கிலோமீட்டரைக் கடந்திருந்தனர். வழியில் கிடைத்த பூச்சி, புழுக்களை வாயில் திணித்துக்கொண்டு விழுங்கியபடி ஓடினர். கிட்டத்தட்ட அறுநூறு லிபரேட்டுகள் ஒருசேர நகர்ந்து கொண்டிருந்ததால் அது பெரிய அதிர்வைக் கிளப்பியது. அது எல்லா வன மிருகங்களையும் மிரண்டு தூரத்திலேயே ஓடச் செய்தது.

ஐந்து கிலோமீட்டர் தாண்டி சிறு ஓடை ஒன்று அவர்களுக்குக் குறுக்கே பாய்ந்தது. லிபரேட்டுகள் நீரைப் பருகிக்கொண்டிருந்த போது அருகில் மனிதக் குரல்கள் கேட்டன. அனைவரும் நொடியில் அடங்கிப் பதுங்கினர். இரண்டு லிபரேட்டுகள் மட்டும் நோட்டமிட ஊர்ந்து முன் சென்றனர். மூன்று பழங்குடியினர் கையில் அம்புகளுடன் வேட்டையாட மிருகத்தைத் தேடிக் கொண்டிருந்தனர். லிபரேட்டுகளில் ஒருவன் பின்புறமாகப் பாய்ந்து ஒரு பழங்குடியைக் கீழே சாய்த்தான். எதிர்பாராமல் மிரண்ட அவர்களை மற்ற லிபரேட்டுகள் வேகமாகச் சூழ்ந்து சிறைப்படுத்தினர். அவர்கள் இடம் நோக்கி அழைத்துச் செல்ல சைகை காட்டி மிரட்டினர். பழங்குடிகள் உயிர் பயத்தால் அவர்கள் தங்கும் இடத்திற்கு அழைத்துச் சென்றனர். முப்பது குடிசைகளுடன் சிறு கூட்டமாக இருந்த அவர்கள் அனைவரையும் லிபரேட்டுகள் உள்ளே புகுந்து அடித்து விரட்டினார்கள். குடிசைக்குள் வெறியோடு நுழைந்த லிபரேட்டுகள் உணவெனத் தோன்றும் அனைத்தையும் வாயில் எடுத்து வேகமாகத் திணித்துக்கொண்டனர். அங்குமிங்கும் மிரண்டு கத்தியபடி ஓடிக்கொண்டிருந்த மாடுகள், ஆடுகள், பன்றிகளைக் கிழித்து அறுத்துக் கொன்றனர். கூண்டில் அடைக்கப்பட்டிருந்த கோழிகளை, மற்ற பறவைகளைக் கொன்று இறைச்சிகளை வெட்டி எடுத்தனர். அனைத்தும் அறுநூறு லிபரேட்டுகளுக்கு ஒரு நிமிடத்தில் இரையானது.

இறைச்சிகளை வேகமாக வெட்டிக்கொண்டிருந்தனர். இரத்தத்தை, இதயத்தை, ஈரல்களை பச்சையாகவே தின்னத்தொடங்கினர். இரத்தம் குடிக்கும் பேய்க் கூட்டம் போல வெறிபிடித்து அந்த இடத்தையே அழித்தொழித்தனர்.

வேகமாக வேகமாக என லிபரேட்டுகளின் தலைவன் கத்தினான். இறைச்சிகளை எடுத்துக்கொண்டு நகருங்கள் நகருங்கள் என அனைவரையும் விரட்டினான். நான்கைந்து நிமிடங்களில் வேலையை முடித்த லிபரேட்டுகள் புது சக்தியோடு மீண்டும் தெற்கு நோக்கி ஓடத் தொடங்கினர்.

இரவு கவ்விக்கொண்டது. சற்று ஓய்வெடுத்துக்கொள்ள ஆங்காங்கே உட்கார்ந்தனர். திரட்டி வந்த இறைச்சியில் ஒரு பகுதியை நெருப்பில் வாட்டி உண்ணத் தொடங்கினர். நூறு லிபரேட்டுகள் சுற்றிலும் கண்காணிக்க மற்றவர்கள் வேகமாக உறங்கிப் போனார்கள்.

அன்று இரவு எகிப்தியப் படைகள் அந்த சிதைந்து கிடந்த பழங்குடிகள் இடத்தை விரட்டப்பட்ட பழங்குடிகள் உதவியுடன் அடைந்தனர்.

அவர்கள் கையில் பிடித்திருந்த நாய்கள் அனைத்தையும் மோப்பம் பிடித்து லிபரேட்டுகள் சென்ற திசையை நோக்கிக் கத்தி எகிப்திய வீரர்களை இழுத்தது. எகிப்திய வீரர்கள் நாய்களுடன் வேகமாக லிபரேட்டுகளை நோக்கி விரைந்தனர். எகிப்திய வீரர்களுக்கும் லிபரேட்டுகளுக்கும் இடையே கிட்டத்தட்ட எழுபது கிலோமீட்டர் இடைவெளி இருந்தது. லிபரேட்டுகள் மூன்று மணி நேரம் உறங்கி இருப்பர். போதும் போதும் என தலைவன் கத்தினான். ஒலியைக் கிளப்பி நகரச் சொன்னான். அனைவரும் மீண்டும் ஓடத் தொடங்கினர். அடுத்தநாள் விடிந்தும் நிற்காமல் ஓடிக்கொண்டே இருந்தனர்.

எகிப்திய வீரர்களும் வேகமாக முன்னேறிக்கொண்டிருந்தனர். லிபரேட்டுகளின் கூட்டம் நகரும்போது ஏற்படும் சிதைவுகள் அவர்களை வேகமாகப் பின்தொடர்ந்து வர எகிப்திய வீரர்களுக்கு சாதகமாக இருந்தது. மீண்டும் இரவு சூழ்ந்ததால் கண்காணிப்பை மாற்றி சிறுது நேரம் படுத்தனர்.

விரட்டி வந்துகொண்டிருந்த எகிப்திய வீரர்களை எதிர்பாராத விதமாக பெரிய யானைக் கூட்டம் ஒன்று மறித்தது. பதறிய முன்வரிசை வீரர்கள் துப்பாக்கிகளை வெடிக்கச் செய்தனர். மிரண்டு பிளிறிய நூற்றுக்கும் மேற்பட்ட யானைகள் எகிப்தியப் படைகளை நோக்கி ஓடிவந்து தாக்கின. படைகள் சிதறிப் பிரிந்தன. தொடர்ந்து வெடித்த துப்பாக்கிகள் பத்திற்கும் மேற்பட்ட யானைகளை ஈவு இரக்கமின்றி கொன்று சாய்த்தது, மற்றவைகளை ஓடச் செய்தது.

துப்பாக்கிகளின் வெடிச் சத்தம் லிபரேட்டுகளை எட்டியது. தாங்கள் தொடரப்படுகிறோம் எனத் தெரிந்துகொண்ட லிபரேட்டுகள் முன்னைக்காட்டிலும் வேகமாக ஓடத் தொடங்கினர். மூன்று நாள் தொடர் ஓட்டத்தில் வனத்தைக் கடந்து மலைகளை எட்டினர்.

ஆயிரம் அடி உயர மலையின் பிரமாண்டம் லிபரேட்டுகளை பலவீனப்படுத்தி சோர்ந்து ஒடுக்கியது. மலையைக் கடந்தால் எத்தியோப்பியா வந்துவிடும் என லிபரேட்டுகள் ஒருவரையொருவர் ஊக்கப்படுத்தியபடி முன்னேறிச் சென்றனர். மலை பாதையெதுவுமில்லாமல் செங்குத்தான பாறைகளாக உயர்ந்து கொண்டே சென்றது. சூரியனும் மேற்கே சரியத் தொடங்கினான். அனைவரும் கைகால்கள் ஆட்டம் கண்டு சுருண்டு ஆங்காங்கே அந்த செங்குத்தான பாறைகளிலேயே படுத்துவிட்டனர்.

முதல் வரிசை எகிப்தியப் படை வனத்தைக் கடந்து வெளியே வந்தது. எகிப்திய தலைவன் தொலைநோக்கியால் மலைகளை நோட்டமிட்டான். ஆங்காங்கே எறும்புகளைப் போல் தொற்றிக்கொண்டிருந்த லிபரேட்டுகளைக் கண்டுகொண்டு சிரித்தான். அரபியில் “லா யும்கினுக் அய்தாஹாப் லிலா அயி மகான்” (உங்களால் எங்கும் செல்ல முடியாது) என்றான். அடுத்த ஒரு மணி நேரத்தில் எகிப்திய பீரங்கிப் படை வனத்திற்கு வெளியே வந்து சேர்ந்தது. இருள் நன்றாகப் படர்ந்து விட்டது. எகிப்தியத் தலைவன் அவன் பார்த்த திசை நோக்கி ஒரு குண்டைப் பாய்ச்சச் சொன்னான். இருட்டில் யாருக்கும் இரண்டடி தூரம் கூடத் தெரியவில்லை. தயங்கி நின்ற பீரங்கி வீரனைப் பார்த்து ஆணையை நிறைவேற்று முட்டாளே எனக்

கத்தினான். பீரங்கி குண்டு அவன் கைகாட்டிய திசையை நோக்கிப் பாய்ந்து சென்று பாறையைத் தகர்த்தது. ஆழ்ந்து உறங்கிப்போன லிபரேட்டுகளை சிதறி விழுந்த பாறைகள் பதறியடித்துக்கொண்டு எழச் செய்தன. அதிர்ஷ்டவசமாக குண்டு அவர்கள் பதுங்கியிருந்ததற்குப் பக்கத்து மலைச் சரிவில் சென்று வெடித்தது. லிபரேட்டுகளின் அலறல்கள் எகிப்தியத் தலைவனையும் வீரர்களையும் கிளர்ச்சிக்குள்ளாக்கியது. இரை ஓடினால் தான் வேட்டையாடிக்கு குதூகலம் என எகிப்தியத் தலைவன் முணுமுணுத்தான். “அஹ்சில் ஈலா அஸ்டிடாட் லிமுதரதத் ஃபாரைசினா...” (நம் இரையை வேட்டையாட ஆயத்தமாகுங்கள்) என அவன் எகிப்திய வீரர்களைப் பார்த்துக் கத்தினான். கூட்டமும் சேர்ந்து கொண்டு கத்தியது.

தொடர்ந்து வந்த விடியலில் எகிப்திய வீரர்களும் மலையில் ஏறினார்கள். குண்டு வெடித்ததைத் தொடர்ந்து லிபரேட்டுகள் இரவோடு இரவாக மலையின் அடுத்தபக்கம் இறங்கிக் கொண்டிருந்தனர். ஐந்து நாட்களுக்கு மேலாக எந்த ஓய்வும் சரியான உணவுமின்றி ஓடிக்கொண்டே இருந்தனர். சுற்றி வந்து கொண்டிருந்த எகிப்தியக் குதிரைப் படையும் இரண்டாவது மலையைத் தாண்டி இருந்தது. மூன்று மலைகளைக் கடந்து ஆறு கிலோமீட்டர்களுக்கு சதுப்பு நிலங்கள் இருக்கும். சதுப்பு நில முடிவில் எரித்திரியா எல்லைகள் ஆரம்பிக்கின்றன. குதிரைப் படைகள் சதுப்பு நிலங்களை நோக்கித் தான் சென்று கொண்டிருந்தன. எப்படியும் வெட்டவெளியில் எதிரிகள் தப்ப இயலாது என திட்டத்தை வகுத்திருந்தனர்.

மலை இறங்கிய லிபரேட்டுகளுக்குச் சோதனையாக பள்ளத்தாக்கில் குறுக்காக சுமார் நாநூறு அடி அகலமுள்ள நதி ஆக்ரோஷமாகப் பாய்ந்து கொண்டிருந்தது. தாமதிக்க இயலாது என எண்ணினர். அறுநூறு பேரும் ஐம்பது ஐம்பது பேராகப் பிரிந்தனர். காட்டிலிருந்து பெரிய கொடிகளை வெட்டி எடுத்தனர். ஒருவரோடு ஒருவர் வரிசையாக பன்னிரண்டு குழுக்களாகப் பிணைத்துக் கொண்டு ஒருவர் பின் ஒருவராக நதியில் இறங்கினர். நதியில் ஐந்தடி கடந்தவுடன் கழுத்துவரை நீர் பாய்ந்தது. கண்டிப்பாக ஆழம் அதிகம் என வேகமாக பெரிய பெரிய மரங்களையும் கிளைகளையும் வெட்டி எடுத்தனர். நதியில் மரத்தை மிதக்க விட்டபடி முதல் குழு

இறங்கியது. பத்து நிமிட இடைவெளியில் இரண்டாவது தொடர்ந்து மூன்றாவது நான்காவது குழுக்களும் இறங்கின. கூட்டு முயற்சியால் எந்த அபாயமுமின்றி நதியைக் கடந்தனர். ஏழாவது குழு நதியின் நடுவில் நீந்தும் பொழுதில் பெரிய குண்டு ஒன்று அவர்கள் அருகில் விழுந்து வெடித்தது. எகிப்தியப் படை மலை உச்சியிலிருந்து பீரங்கிகள் கொண்டு தாக்கத் தொடங்கியது. பதறிய அனைத்து லிபரேட்டுகளும் நதியில் இறங்கி வேகமாக நீந்தத் தொடங்கினர். தொடர்ந்து விழுந்த இரண்டாவது மூன்றாவது குண்டுகள் நதியில் வெடிக்காமல் நீரில் மூழ்கின. கரையேறிய லிபரேட்டுகளில் சில பேர் மலையை நோக்கி சுடத் தொடங்கினர். சுடுவது வீண் குண்டை வீணடிக்காதே என சிலர் தடுத்தனர். எகிப்திய தரப்பு இடைவிடாமல் குண்டுகளைப் பொழியத் தொடங்கியது. நீரில் வெடித்துக்கொண்டிருந்த குண்டுகள் நதியில் பேரலைகளை உண்டு செய்து லிபரேட்டுகளை கரையேற விடாமல் சிதைத்தது. கடினமான போராட்டத்திற்கு பிறகு ஏழு, எட்டு, ஒன்பதாவது குழுக்கள் கரையேறின. பின் வந்த குழுக்கள் சிதறி லிபரேட்டுகள் பிரிந்துவிட்டனர். வெடித்த குண்டுகள் தனித்தனியாக நீந்தி ஏறிக்கொண்டிருந்த லிபரேட்டுகளில் சில பேர் உடலைக் கிழித்தும் தலையைப் பிளந்தும் இரத்தத்தை கொட்டச் செய்தது. சேற்றாலும் இலைகளாலும் கசிவை அடைத்துக்கொண்டு இரண்டாவது மலை அடிவாரத்தை நோக்கி ஓடினர்.

எகிப்தியப் படையும் நதியை அடைந்தது. அவர்களின் எண்ணிக்கையின் பலத்தால் விரைவாக நூற்றுக்கணக்கில் மரங்கள் வெட்டி சாய்க்கப்பட்டன. பெரிய கயிறுகளைக் கொண்டு மரங்களைப் பிணைத்து பத்துப் பதினைந்து பெரிய மிதக்கும் படகை நதியில் இறக்கினர். விரட்டி வந்த கிட்டத்தட்ட ஆயிரத்தி ஐநூறு எகிப்திய வீரர்களும் ஒருசேர அவர்கள் தளவாடங்களுடன் நதியைக் கடந்து கொண்டிருந்தனர். நதியின் மையத்தை அடைந்தபோது எதிர் முனையிலிருந்து தொடர்ச்சியாக வந்த சிறு பீரங்கி குண்டுகள் அவர்களைத் தாக்கி சிதறடித்தது. இதை அவர்கள் எதிர்பார்க்கவில்லை.

இது லிபரேட்டுகளின் முறை. வனத்திற்குள் மறைந்திருந்த அனைத்து லிபரேட்டுகளும் வெளிப்பட்டு இடைவிடாமல்

சிறு பீரங்கிகளாலும் இயந்திரத் துப்பாக்கிகளாலும் எகிப்தியப் படகுகளைத் தாக்கினர். இதை யூகிக்காத எகிப்தியத் தரப்பு பெருமளவில் நாசமானது. லிபரேட்டுகள் ஓடுவது போல் சென்று பதுங்கி இருந்தனர். எகிப்திய வீரர்கள் பலர் குண்டு துளைத்த நொடியிலேயே நதியில் வீழ்ந்து அடித்துச் செல்லப்பட்டனர். சிலர் பயத்தாலும் பீதியாலும் நதியில் குதித்து பின்னோக்கி நீந்தி ஓடினர். பெரிய அளவில் அவர்கள் தளவாடங்கள் அனைத்தும் அடித்துச் செல்லப்பட்டன. கிட்டத்தட்ட பாதிக்கும் மேற்பட்ட எகிப்திய வீரர்கள் இறந்தனர். கரையேறிய எகிப்திய தலைவன் செய்வதறியாது வெறிகொண்டு கத்தினான்.

லிபரேட்டுகள் மீண்டும் வனத்திற்குள் புகுந்து மலையை நோக்கி ஓடினர். தொடர்ந்து வந்த இரண்டு நாட்கள் எந்த ஓய்வுமின்றி இரவு பகலாக ஓடி மூன்றாவது மலை உச்சியை அடைந்தனர். விரட்டி வந்த எகிப்தியப் படைகள் அதற்குமேல் முன்னேற முடியாமல் முடங்கி நின்றன.

எட்டு நாள் தொடர் ஓட்டத்தில் மூன்று மலைகளையும் கடந்து சதுப்பு நிலத்தை அடைந்தனர். இன்னும் ஒரு இருபது கிலோமீட்டர் தொலைவில் அவர்கள் வாழ்வு இருப்பது அவர்கள் மூச்சை இறுகப் பற்றிக்கொண்டு இயங்கப் போதுமானதாக இருந்தது.

சூடான் எல்லை சதுப்பு நிலங்கள், மர அடர்த்தி குறைவானதாக இருந்தது. நீண்டு சென்று கொண்டிருந்த பாதைகள் நான்கைந்தடி புற்களாலும் இடுப்பளவு புதையும் சேற்றாலும் மூடப்பட்டிருந்தது. லிபரேட்டுகளை இது வேகமாக முன்செல்ல விடாமல் தடுத்தது. சரியாக ஐந்து கிலோமீட்டர் தொலைவில் எத்தியோப்பிய கட்டுப்பாட்டிலிருந்த எரித்திரியா காடுகள் இரும்பு வேலிகள் கொண்டு பிரிக்கப்பட்டிருந்தது. சூடான் எத்தியோப்பிய எல்லைகளுக்கு இடையிலிருக்கும் ஒரு அரைக் கிலோமீட்டர் மொத்தமாக மரங்கள் புற்கள் அகற்றப்பட்டு சமதரையாக வெட்டவெளியாக விடப்பட்டிருந்தது. அந்த அரைக் கிலோமீட்டரில் யாராலும் எங்கும் பதுங்க முடியாது. லிபரேட்டுகள் சேற்றிலிருந்து விடுபட்டுக்கொண்டு சம வெளியின் வாயிலை அடைந்தனர். கடைசி வரிசையிலிருந்து

சிரமப்பட்டு சேற்றிலிருந்து விடுபட்ட ஒரு லிபரேட் தவறி சமவெளியில் விழுந்தான். அவன் விழுந்த வேகத்தில் அவன் இடுப்பிலிருந்த துப்பாக்கி தவறுதலாக வெடித்து பெரிய ஓசையை உண்டு பண்ணியது. அந்த ஓசை முன்பே அங்கு வந்து ரோந்திலிருந்த எகிப்தியக் குதிரைப் படைகளை எட்டி லிபரேட்டுகளைக் காட்டிக்கொடுத்து விட்டது. சுமார் மூன்று நான்கு கிலோமீட்டர்கள் தூரத்தில் குதிரைகள் கனைக்கும் சத்தத்தைக் கேட்ட லிபரேட்டுகள் வேகமாக மீண்டும் பின்னோக்கிச் சென்று சேற்றுக்குள்ளே புதைந்தனர். அவர்கள் வேகமாகச் செயல்பட வேண்டிய தருணம் இது. அவர்களிடமிருந்த துப்பாக்கி குண்டுகளும் பீரங்கி குண்டுகளும் கிட்டத்தட்ட தீர்ந்திருந்தன. நேரடி யுத்தத்தில் ஒரு நிமிடம் கூட தாங்காது. இன்னொரு திசை திருப்பல் தேவை என லிபரேட்டுகளுக்குப் புரிந்தது.

இந்திய லிபரேட்டுகளின் தலைவன் முன் வந்தான். நான் பார்த்துக்கொள்கிறேன் நீங்கள் செல்லுங்கள் எனக் கூறினான். யாராலும் அதை ஏற்றுக்கொள்ள முடியவில்லை. அவனின் ஊக்கத்தாலும் வழி காட்டுதலாலும் தான் லிபரேட்டுகள் இவ்வளவு தூரத்தைக் கடக்க முடிந்தது.

"நீங்கள் தேவை ... நீங்கள் இல்லாமல் எவ்வாறு ... உங்களை காக்க வேண்டும்" என்றனர்.

"இல்லை நான் தான் உங்களுக்கு வழி காட்டியவன். உங்களை நான் தான் காக்க வேண்டும். அதுதான் என் கடமை. நான் திரும்ப வந்து விடுவேன். நீங்கள் அதைப் பற்றி யோசிக்காமல் முன் செல்லுங்கள்" என்றான். அனைவருக்கும் தெரியும் அது சாத்தியமில்லையென்று. அனைவரையும் ஒரு பெரும் சோகம் சட்டெனப் பற்றிக்கொண்டதை உணர்ந்தனர். செல்ல ஆயத்தமாகுங்கள் என கட்டளை தொனியில் உத்தரவிட்டான். அவன் உள்சட்டைப் பையிலிருந்து இரத்தத்தாலும் வியர்வையாலும் நனைந்து தோய்ந்திருந்த சிறு காகிதச் சுருளை அவனுக்கு அடுத்த நிலையிலிருந்த ஒரு லிபரேட்டிடம் இது எத்தியோப்பியாவில் தேவைப்படும் பத்திரம் என்று சொல்லி கொடுத்தான். லிபரேட்டின் தலைவன் "உங்களுடன் பணியாற்றியதில் மகிழ்ச்சி. மீண்டும் சந்திப்போம்.

லிபரேட்டுகள் பாதியில் பின்வாங்குவதில்லை. கிளம்புங்கள்" என அவன் துப்பாக்கிகள் இரண்டையும் கையில் தூக்கினான். வெள்ளையன் ஒருவன் உங்கள் பெயர் என்ன எனக் கேட்டான். சிறு புன்னகையுடன் "கர்னல் மாரிமுத்து" என்றான். "மீண்டும் நீங்கள் அனைவரும் இந்தியா சென்றவுடன் நம் மக்களிடமும் என் குடும்பத்திடமும் மாரிமுத்து கடைசிவரை களத்தில் நின்று எதிரிகளை நாசம் செய்தான் எனக் கூறுங்கள்." வேகமாக முன்வந்து தலைவனை அணைத்துக்கொண்டான் வெள்ளையன். இரண்டடி பின்சென்று கம்பீரமான ஒரு ராணுவ சல்யூட்டை வைத்தான். அவனைத் தொடர்ந்து மற்றவர்களும் அவ்வாறே செய்தனர். ஆயத்தமாகுங்கள் என்றான் கர்னல் மாரிமுத்து.

எகிப்தியக் குதிரைகள் தூரத்திலிருந்து முன்னேறி வரும் காலடிச் சத்தம் கேட்டது. மாரிமுத்து லிபரேட்டுகளுக்கு எதிர் திசையில் சதுப்பு நிலத்திற்கு உள்புறமாக இரண்டு துப்பாக்கிகளையும் வானை நோக்கிச் சுட்டபடி முடிந்தவரை வேகமாக ஓடினான். ஐம்பது அறுபது எகிப்தியக் குதிரை வீரர்கள் மூன்று நான்கு நிமிடத்தில் மாரிமுத்துவை நோக்கி சதுப்புநிலத்தில் புகுந்தனர். இந்த நிமிடங்களைப் பயன்படுத்திக்கொண்ட லிபரேட்டுகள் அனைவரும் முடிந்தவரை வேகமாக எத்தியோப்பிய வேலியை நோக்கி ஓடினர். மாரிமுத்து எதிர்வரும் குதிரைப் படையை நோக்கி பயமின்றி சுட்டான். முன்வந்த இரண்டு மூன்று குதிரைகள் கடகடவென சரிந்தன. பின்வந்த குதிரைகள் அதன் குளம்புகளால் தாக்கி மாரிமுத்துவைக் கீழே சாய்த்தன. எகிப்திய வீரர்கள் அவன் கால்களில் கயிறுகளை மாட்டி தரதரவென சமவெளிக்கு இழுத்து வந்தனர். மாரிமுத்துவின் உயிர் குதிரையில் அடிபட்டு வெளியில் இழுத்து வரும்போதே பிரிந்திருந்தது.

தூரத்தில் வேலிக்குள் நுழைந்துகொண்டிருந்த லிபரேட் கூட்டத்தைக் கண்டுகொண்ட சில குதிரை வீரர்கள் வேகமாக அவர்களை நோக்கிச் சென்றனர். வரும் குதிரைகளை நோக்கி கடைசிவரிசை லிபரேட்டுகள் சுட மற்றவர்கள் அவர்கள் உடலை வேலி கிழித்தெடுக்க உள்ளுக்குள் பாய்ந்து ஓடினர். துப்பாக்கி வெடிப்பைத் தாங்க முடியாமல் குதிரைகள் மிரண்டு சிதறின. அந்த சந்தர்ப்பத்தில் அனைத்து லிபரேட்டுகளும் எத்தியோப்பிய வனத்திற்குள் பாய்ந்து சென்று பதுங்கினர். பின்னால் வந்த

குதிரை வீரர்கள் அதற்குமேல் செய்வதறியாது வனத்தை நோக்கி அவர்கள் துப்பாக்கி குண்டுகள் தீரும் வரை சுட்டுவிட்டு களைத்துப் பின் வாங்கினர்.

பதுங்கி இருந்த லிபரேட்டுகள் எந்த உயிர்ச் சேதமுமின்றி தப்பித்து எத்தியோப்பியா கீழுள்ள எரித்திரியாவின் மையப் பகுதியை ஒருநாள் பயணத்தில் அடைந்தனர். பெரும் கூட்டத்தைக் கண்டுகொண்ட எத்தியோப்பிய காவல் துறை அவர்களைச் சுற்றி வளைத்தது. லிபரேட்டுகள் அவர்கள் ஆயுதங்களை வேகமாகக் கீழே போட்டு கையை உயர்த்தினர். எத்தியோப்பிய ராணுவத்தின் சிறு பகுதி ஒன்றும் தகவலறிந்து விரைவாக அந்த இடம் வந்தடைந்தது. கருப்பின லிபரேட் ஒருவன் நாங்கள் சரணடைகிறோம் என எத்தியோப்பிய ராணுவத்தினருக்கு புரியும்படி கத்தினான். அதைத் தொடர்ந்து அனைத்து லிபரேட்டுகளும் கையை உயர்த்தியபடியே தரையில் படுத்தனர்.

லிபரேட்டுகளின் புதுத் தலைவன் மெதுவாக எழுந்து அவன் சட்டையிலிருந்த காகிதத்தை எத்தியோப்பிய ராணுவத் தலைவனிடம் நீட்டினான். அதை பிரித்துப் பார்த்த ராணுவத் தளபதி எத்தியோப்பிய அரசு முத்திரை இருப்பதைக் கண்டான். அனைத்து லிபரேட்டுகளையும் கைது செய்யும்படி சொன்னான். அனைவரும் கைது செய்யப்பட்டு எரித்திரிய மத்திய சிறையில் காவலில் வைக்கப்பட்டனர். தகவல்கள் எத்தியோப்பிய தலைமை இடத்திற்கு சென்றது.

மூன்று நாட்கள் கழித்து எத்தியோப்பிய மேல் அதிகாரிகள் வந்து லிபரேட்டுகளைப் பார்த்தனர். இதன் நடுவில் அரசர் மெனெலிக்கிற்கு தகவல் சென்றது. லிபரேட்டுகள் கொடுத்த காகிதத்தில் காப்ரா ஹேவாட்டின் கையெழுத்து இருந்ததைத் தொடர்ந்து அவரை அழைத்து விசாரித்தார். காப்ரா தகவல்களைச் சொன்னார். நம்மை நம்பி சரணடைந்து விட்டனர் முடிவை நீங்களே எடுங்கள் எனத் தந்திரமாகப் பேசினார்.

இதற்கிடையில் ஒட்டோமன் அரசும் பிரிட்டன் அரசும் லிபரேட்டுகளை தங்களிடம் ஒப்படைக்கும்படி கடிதங்களை அனுப்பியிருந்தன.

மெனெலிக் மேல் சபையைக் கூட்டி விவாதித்தார். உள்ளுக்குள் காப்ராவுக்கு ஆதரவு அதிகமாக இருந்தது. பெருமளவிலானவர்கள் அரசே முடிவெடுக்கட்டும் என்று விட்டனர். அரசர் லிபரேட்டுகளின் தேவை என்ன எனக் கேட்டனுப்பினார். லிபரேட்டுகள் இந்த சூழ்நிலையில் நாங்கள் மீண்டும் இந்தியாவிற்கோ அல்லது பிரிட்டனின் அடிமை மற்றும் நட்பு நாடுகளுக்கோ செல்ல முடியாது. எனவே எத்தியோப்பியா எங்களுக்கு சிறிது காலம் அடைக்கலம் கொடுக்க வேண்டுமென்ற கோரிக்கையை முன் வைத்தனர்.

எத்தியோப்பியாவின் தலைமைத் தலைவர்கள் சிலரும் தலைமைப் பூசாரிகளும் அவர்கள் தங்கள் விசுவாசத்தையும் உண்மைத்தன்மையையும் நிரூபித்த பின் முடிவெடுப்போம் எனக் கூறினர். அதன் படி அனைவரையும் எத்தியோப்பியாவின் தேசிய மதத்தைத் தழுவும்படி உத்தரவிட்டனர். லிபரேட்டுகள் அனைவரும் ஒரே இரவில் மதம் மாறினர்.

பின் எத்தியோப்பியாவின் சிறு கிராமத்தில் கடுமையான காவல்களுக்கு இடையில் தங்கவைக்கப்பட்டு லிபரேட்டுகளை அகதிகளாக அங்கீகரித்தனர். இந்தச் செய்தியை அறிந்த பிரிட்டன் இது எத்தியோப்பிய பிரிட்டன் உறவில் பெரும் விரிசலை ஏற்படுத்திவிட்டது என அறிக்கைகளை வெளியிட்டது.

கிட்டத்தட்ட அறுநூற்றி முப்பத்தி நான்கு லிபரேட்டுகள் காக்கப்பட்டனர். நாளடைவில் அவர்கள் எத்தியோப்பிய மக்களுடன் கலந்து எத்தியோப்பிய மக்களாகவே வாழத் தொடங்கினர்.

மெட்ராஸ் மாகாணத்தில் கடம்பனின் வீழ்ச்சிக்குப் பிறகு துடி அரங்கத்தில் அந்த இரவே பிரிட்டன் அரசால் கைது செய்யப்பட்டான். அவள் அறைக்குச் சென்றிருந்த சுகந்தியைத் தேடி கைது செய்ய ஒரு குழு விரைந்தது. ஆனால் அங்கிருந்து அவள் தப்பித்திருந்தாள். எல்லா இடங்களிலும் தீவிரமாகத் தேடப்பட்டும் பலன் இல்லை. தலைமறைவான சுகந்தியைப் பற்றிய தகவல் கொடுப்பவர்களுக்கு பெரிய தொகையை பிரிட்டிஷ் ராஜ் அறிவித்தது. ஒரு மாதம் துடியை பிரிட்டன் காவல்துறை விசாரணைக்கு எடுத்துக்கொண்டது.

லிபரேட்டுகளின் அனைத்து செயல்பாடுகளையும் அடுத்த மூன்று மாதத்திற்குள் திரட்டி எடுத்தது. உலகம் முழுக்க விரிந்து செயல்பட்ட அனைத்து லிபரேட் கிளைகளும் அழிக்கப்பட்டன. லிபரேட்டுகளின் பள்ளிகள், நிறுவனங்கள் அனைத்திற்கும் தடை விதிக்கப்பட்டது. லிபரேட் என்ற சொல்லே ஒரு பெரும் குற்றம் போல் பிரிட்டன் செயல்பட்டது. கிட்டத்தட்ட உலகம் முழுக்க லிபரேட்டுகளுடன் வேலைபார்த்த, தொடர்பிலிருந்த ஆயிரத்திற்கும் மேற்பட்டோர் கைது செய்யப்பட்டனர். டேனியல் லண்டனில் கைது செய்யப்பட்டான். ஒகோவோ தலைமறைவாகியும் இரண்டு மாதத்தில் சோமாலியாவில் நடந்த ஒரு தேடலில் கைது செய்யப்பட்டான்.

துடி விசாரணை முடிந்தவுடன் நீதிமன்றத்தில் ஆஜர் படுத்தப்பட்டான். பிரிட்டனுக்கு எதிராக சதி செய்து அதன் மக்களையும் பொருளாதாரத்தையும் வீழ்த்த முற்பட்ட குற்றத்திற்காக உச்சபட்சமாக இரட்டை ஆயுள் தண்டனையும் தொடர்ந்து தூக்கு தண்டனையும் அவனுக்கு விதிக்கப்பட்டது. மரண தண்டனை ஆணைக்கு பிறகு துடி பர்மா இன்சைன் (Insein) சிறையில் அடைக்கப்பட்டான்.

பல ஆண்டுகள் பல ஆயிரம் பேரின் சிந்தனையாலும் உழைப்பாலும் ஒன்றிணைந்து எழுப்பப்பட்ட லிபரேட் ஒரே இரவில் அதன் வீழ்ச்சியைக் கண்டது.

தொடரும்...

இரண்டாம் பாகம் முற்றும்.